રહસ્ય ભાવના

: સંકલન :

નયના એન. પટેલ

BecomeShakespeare.com

Published in 2025
Becomeshakespeare.com

One Point Six Technologies Private Limited,
Unit No. 26, Ground Floor,
A1, Shram Safalya, Wadala Truck Terminal Road,
Near Post Office, Antop Hill,
Mumbai - 400037

ISBN – 978-93-5883-274-7

નયના નવિનચંદ્ર પટેલ

નયના એન. પટેલ
૨૦૨ શીતલ ફ્લેટ,
આવીચલ બાગની સામે,
દિવાળીપુરા, વડોદરા–૩૯૦૦૦૭.
ગુજરાત, ભારત
✆ : ૯૪૦ ૯૬૪ ૧૪૫૦

વ્હાલા વૈષ્ણવો,

જય શ્રીકૃષ્ણ, હું નયના એન. પટેલ, વડોદરા આ વિષય માટે સાવ અજાણ, અબુધ હતી. પણ શ્રીઠાકોરજી અને શ્રીવલ્લભ શ્રીગુંસાઈજી તથા શ્રીયમુનાજીની કૃપાથી આ માર્ગમાં આગળ વધી, પછી થોડો ઘણો પ્રયત્ન શ્રીવલ્લભકુળની આજ્ઞાથી પુસ્તક રૂપે રચવા કર્યો હતો. આમાં થોડા પુસ્તકો એવા છે કે નાના બાળકો તેમજ નવા વૈષ્ણવો કે જેમણે શરૂઆતમાં એ બી સી ડી શીખવાની હોય તેઓને એકદમ સરળ ભાષામાં અને ટૂંકમાં કંઈક સમજણ પડે એ હેતુથી પુસ્તક લખવાની શરુઆત કરી હતી. મોટા પુસ્તકોમાં પહેલું પુસ્તક **"પુષ્ટિ રથ"** તે પુષ્ટિ માર્ગનું સંકલન સ્વરૂપે છે, તેમાં આપણા બધા નિધિ સ્વરૂપોના ચિત્રજી તેમજ કોના માથે બિરાજે છે, કયાં બિરાજે છે, ક્યારે પાટોત્સવ થયેલો વગેરે પુરી માહિતી તેમજ બેઠકજીના સરનામું વગેરે આપેલ છે, શ્રીયમુનાજીના સ્મરણ ચિંતન માટે પણ ઘણાખરા વિષય શ્રીયમુનાજીની પુસ્તક **"નિધિ દેનહારી શ્રીયમુને"** માં છે. તેમજ **"અમરવાણી"** માં સૂરદાસજી, શ્રીગુંસાઈજી અને શ્રીગોકુલનાથજીની વાણી છે. પુષ્ટિ માર્ગનું હાર્દ **"દિનતા"** માં શ્રીહરિરાય મહાપ્રભુજીના તેર ગ્રંથો ભાવાર્થ સાથે તેમજ દિનતા માટે પુરી માહિતી છે. પુસ્તકોના પૈસા હું આપણા માર્ગની સેવા માટે જેમકે ગાયની સેવા (ગૌશાળા), બેઠકજી, વ્રજ ની બેઠક, હવેલી ના નિર્માણ– નવનિર્માણ તથા પુષ્ટિમાર્ગી ઉત્સવો અને બાળકોને ભણવા ચોપડા લાવી આપવા વગેરેમાં વાપરૂ છું. બસ એજ, આપ સર્વે વૈષ્ણવોને મારા ખૂબ ખૂબ "જયશ્રી કૃષ્ણ".

૧) પુષ્ટિરથ :

માનવ જીવનમાં સત્સંગ નો મહિમા અપરંપાર છે. સત્સંગ માટે ચિત્તશુધ્ધિ અવશ્યક છે. ચિત્તશુધ્ધિ માટે ભક્તિરૂપી જળનું નિત્યસિંચન થતું રહે એ જરૂરી છે. જ્યારે જ્યારે અમો સત્સંગ માટે ભેગાં મળતાં ત્યારે આવા કોઇ પુસ્તકના અભાવે પડતી મુશકેલી સમજાતી માટે સંકલન કરવાની પ્રેરણા થઇ. તેમજ ઘણા વૈષ્ણવો ઇચ્છા હોવા છતાં અનુકુળતાના અભાવે સત્સંગમાં આવી શકતા નહીં, તો તેઓ પણ પોતાના યથાયોગ્ય સમયે પ્રભુ સ્મરણ કરી શકે માટે સંકલન કરવાનું ઉચિત બન્યું. આ પુસ્તકમાં પુષ્ટિમાર્ગીય લગભગ બધા સ્તોત્ર તેમજ શ્રીમહાપ્રભુજી, શ્રીયમુનાજી તથા શ્રીજીબાવાના સ્મરણ માટે જરૂરી લગભગ ઘણા ખરા ટોપીક લેવા પ્રયાસ કર્યો છે. તેમજ શ્રી વલ્લભપ્રેમી વૈષ્ણવો જે સેવાકાર્યમાં જોડ્યા છે. તેમના માટે સેવાક્રમ પણ આપ્યો છે.

૨) અમરવાણી :

આ પુસ્તિકામાં અષ્ટછાપ–શિરોમણી મહાકવિ સૂરદાસજીની વાણી,

અનહદ કૃપા કરી તેને સૂર, હરિરસ સ્વાદ ચખાવન મેં
દાસભાવસોં અર્પન હૈ યા, ગ્રંથ તિહારે ચરનન મેં

પરમદયાળ પ્રભુચરણ શ્રીગુંસાઇજીની વાણી,

દવાદશનિકુંજવાર્તા યા યૈઃ સંપાદિતાદ્ભૂતા,
વંન્દે તં વૈષ્ણવાધીશ ગોસ્વામી શ્રીવિઠ્ઠલેશ્વરમ્

તેમજ માલા તિલક રક્ષક શ્રીગોકુલનાથજીની વાણી

પ્રણિતા ખટઋતુવાર્તા દિવ્યાનુભવ દાયિકા ગોકુલેશ નમામિ તં
માલાતિલકમ્ રક્ષકમ્ આપવામાં આવી છે.

"હરિરસ તબહી તો જાય પૈયે"–(સૂરદાસજીની વાણી) સૂરદાસજીના પદનું ખૂબ સુંદરતાથી અદ્ભૂત વિવરણ શ્રીવલ્લભપાદપદ્મમિલિનજીએ તેમના વિવેચનમાં કર્યું છે. સાથે સર્વોત્તમજીના અચિંત્ય મહિમાનો સુંદર ફોડ પાડ્યો છે.

૩) નિધિ દેનહારી શ્રીયમુને :

જીવ શ્રીયમુનાજીના જેટલા પ્રમાણમાં ગુણગાન કરે તેટલાં શ્રીયમુનાજી તે જીવ ઉપર પ્રસન્ન થાય છે. તેમજ કૃપા કરી આપણા દોષોને દૂર કરે છે અને શ્રીઠાકોરજીને પધારવાનું મન થાય એવું આપણું હૃદય એક બગીચા સમાન બનાવે છે. આમ જ્યાં જ્યાં શ્રીયમુનાજીના ગુણગાન થાય છે, ત્યાં ત્યાં શ્રીઠાકોરજી અવશ્ય પધારે છ, અને ઘણી કૃપા કરે છે.

જે કૃપા કરે છે એજ ભક્તિનું દાન કરી શકે છે. આ પુસ્તકમાં શ્રીયમુનાજીના ગુણગાન, તેમજ સ્તુતિ, સ્મરણ માટે શકય તેટલાં ટોપીક સમાવવાનો અને વર્ણન કરવાનો પ્રયત્ન કરેલ છે. શ્રીયમુનાજીની કૃપાથી વૈષ્ણવોને ભક્તિનું દાન થાય એજ પ્રાર્થના.

૪) ષોડશગ્રંથ સાર :

આ પુસ્તિકાં નિત્ય નિયમના પાઠનું સરળ ગુજરાતીમાં સમજ આપી છે. તેમાં સોળે સોળે ગ્રંથ ઉપરાંત **"જનમવૈફલ્ય નિરૂપણાષ્ટકમ" "પંચશ્લોકી"** અને **"શીક્ષાશ્લોકા"** ગુજરાતી સાર રૂપે છે.

૫) રહસ્ય ભાવના :

આમાં મંદિરની ભાવનાથી માંડી સેવામાં વપરાતી બધી જ વસ્તુઓની ભાવના રાજભોગની સેવા સુધીની આપી છે. કારણ કે વૈષ્ણવોને ત્યાં ઘણું ખરૂં રાજભોગ સુધી સેવા બિરાજે છે. પૂ. બાવાશ્રીની આજ્ઞાથી આખા દિવસની રહસ્ય ભાવના લખીને તે આપને પધરાવી દીધી હતી. પ્રિન્ટ કરાવી ન હતી.

૬) પુષ્ટિમાર્ગનું હાર્દ દિનતા :

દિનતા પુષ્ટિમાર્ગનું હાર્દ છે. તે માટે આપણે પ્રયત્ન ન કરીએ તો કેમ ચાલે? કરવોજ જોઇએ. આ કળિયુગમાં લોકોને અહં એટલી બધી જાતના હોય છે કે જે ના છૂટે તો જીવ ગર્તામાં જઇને પડે છે. અને ધર્મ–ભક્તિ માટે એની કાંઇ જ પ્રગતિ થઇ શકતી નથી. એ માટે આપણે પ્રભુનું અને ગુરૂનું અનન્ય શરણ સ્વીકારી દાસત્વ મેળવવું જોઇએ.

''શ્રી હરિરાય મહાપ્રભુ'' એ શરણ અને દાસભાવ માટે ઘણા બધા ગ્રંથો લખ્યા છે. જેનું સ્મરણ ચિંતન અને મનન સમજપૂર્વક આર્ત હૃદયથી કરીએ તો જીવ જરૂર શરણ સ્વિકારી દાસત્વ મેળવી ''દિનતા'' પ્રાપ્ત કરી શકે છે. એ માટે શું કરવું તે સમજાવવા આ પુસ્તકમાં પ્રયત્ન કર્યો છે. ''દિનતા'' વગર જીવનો ઉધ્ધાર નથી.

૭) ભાવપોષકમ ગ્રંથ :

આ ગ્રંથમાં વૈષ્ણવોનો ભકિતમાં કેવી રીતે વધે તે માટે શ્રીહરિરાયજીએ ૧૫ શ્લોકનો ગ્રંથ લખ્યો છે. તેમાં લગભગ ૪૫ પોઈન્ટ છે. જે ગુજરાતી સરળ ભાષામાં સમજાવ્યા છે.

૮) પુષ્ટિમાર્ગીય તત્વ દર્શન :

આ પુસ્તકમાં ૧૦૪ ટોપીક શોર્ટમાં સમજાવવામાં આવ્યા છે કે પુષ્ટિમાર્ગીય વૈષ્ણવે કેવી રીતે સમજ પૂર્વક વર્તવું જોઈએ. શું કરવું જોઈએ વગેરે સમજાવ્યું છે.

૯) પુષ્ટિ-સાર તથા શ્રી વલ્લભાખ્યાન સાર :

પુષ્ટિમાર્ગના નિતિ નિયમો, શ્રીવલ્લભકુળના વચનામૃતો તેમજ શ્રીવલ્લભ, શ્રીગુંસાઈ વગેરે દ્વારા પ્રકટ કરવામાં આવેલા પુસ્તકો તથા ગ્રંથોના નામ પણ આપવામાં આવ્યા છે.

આમાં શ્રીવલ્લભ-શ્રીગુંસાઈજીનું પ્રાગટય, સ્વરૂપ, લીલા વગેરેનું વર્ણન શ્રીગોપાલદાસે કર્યું છે. ગુજરાતી સાર રૂપે છે. શ્રીવલ્લભાખ્યાન નવ છે.

એજ - નયનાના ભગવદ સ્મરણ

નયના પટેલ અમારા જીવન નો શ્વાસ

ગુજરાતના ભાદરણ ગામમાં જશુબેન મધુભાઈ પટેલને ત્યાં લક્ષ્મી આવી. નામકરણ થયું નયના. નયના મોટી થવા લાગી. નિશાળ માં જવા લાગી સાથે સાથે જીવનમાં સંસ્કાર નું ઘડતર થયું. નીડર, અડીખમ, પરોપકારી, દયાળુ સેવાભાવી એટલે નયના.

નયનમાં સ્વપ્ના ભરી આશા ઉમંગ સાથે જીવન માં પા પા પગલી ભરતી આગળ ને આગળ વધવા લાગી નયના. અમદાવાદ ની ફાર્મસી કોલેજ જે એશિયાની બેસ્ટ કોલેજ કહેવાય તેમાં ગ્રજ્યુએશન કર્યું પણ ઈતર પ્રવૃત્તિ રમતગમત, ડાંસિંગ, સિંગિંગ, વાંચન, વકૃત્વ સ્પર્ધામાં પણ એટલાજરસ ખીલવ્યો. પોસ્ટ ગ્રજ્યુએશન કરતા કરતા સહપાઠી નવીનચંદ્ર સાથે આંખ મળતાં લગ્ન કર્યા. આટલેથી ના અટકતા દ્રઢ નિશ્ચયી નયનાએ પતિ સાથે કંધે કંધો મિલાવી નવી દુનિયા માં પદાર્પણ કરતા વડોદરામાં ફાર્મસી ચાલુ કરી. આખો દિવસ પ્રવૃતિમય રહેતા રેહતા રાજીવ, સોનલ ના નામે સંસારબાગ માં બે કુસુમ ખીલવ્યા, સંસ્કારનું સિંચન કર્યું. કુટુંબને તો ભુલાયજ કેમ? ફરજને સંપૂર્ણ પ્રધાન્ય આપ્યું. દાદા ગોરધનભાઈ ને દાદી કાંતાબેનની ખુબ સેવા કરી તેમના આશીર્વાદ પામ્યા.

પરિવર્તન એજ જીવન

પરિવર્તન દરેકના જીવનમાં આવે. કોસ્મોપોલિટિન વાતાવરણમાં રહ્યા છતાં જીવન માં સદ્દગુણો અપનાવી સતત પ્રવૃતિશીલ નયનાએ એક તબબકે આત્મસંશોધન આદર્યુ. ખુબ ખુબ ધાર્મિક પુસ્તકો નું વાંચન શરુકર્યું. પુષ્ટિ માર્ગ વિષે જાણકારી મેળવાનો પ્રયાસ કર્યો. પુષ્ટિ માર્ગ ને પૂરો સમજ્યા, આત્મસાત કર્યો, તેના દરેક નિયમો, ધારાધોરણ અપનાવી જીવનમાં ઉતાર્યા.

પછી વિચાર આવ્યો કે દેરક જણ પુષ્ટિમાર્ગ સમજી શકે ને અપનાવી શકે તે માટે કંઈક પ્રયત્ન કરવો રહ્યો. એટલે અપનાવ્યો સંશોધન માર્ગ. જેનો નિચોડ કહો કે પરિણામ મળ્યા પુષ્ટિમાર્ગ ના આચર વિચાર નું સરળ નાનું બાળક પણ સમજે તેવું આલેખન એટલે વિવધતા સભર પુસ્તકો.

"અંતિમ શ્વાસે પણ અનેક શારીરિક કષ્ટો સહન કરી દરેક સાથે ક્ષમાયાચના કરી હસતા હસતા પ્રભુમય થઇ મોક્ષ માર્ગે ગમન કર્યું"

રાજીવ પટેલ – સોનલ પટેલ

જય શ્રીકૃષ્ણ

॥ શ્રીદ્વારકેશો વિજયતે ॥

વિષય-સૂચિ

સેવા પ્રેમથી, સાવધાની પૂર્વક મનના અનુસંધાન સાથે,દીનતા સહિત કરવી.

પ્રસ્તાવના

ઘણા વૈષ્ણવોની વિનંતીથી આ પુસ્તક પ્રગટ કરવાની પ્રેરણામળી. વૈષ્ણવોને એમ હતું કે સેવામાં વપરાતી અને કામમાં આવતી દરેક વસ્તુનો ભાવ ખબર પડે તો સેવા કરવામાં આનંદ આવે અને સેવાનો ભાવ પણ વધે.

બીજું વૈષ્ણવોને ત્યાં ઘણું ખરૂં રાજભોગ સુધીનીજ સેવા બિરાજે છે. માટે રાજભોગ સુધીની જ સેવાની ભાવનાનું સંકલન કરવાનોપ્રયાસ કર્યો છે. આજકાલની ધમાલી જિંદગીમાં લોકો પાસે મોટા અને અઘરા પુસ્તક વાંચવાનો ટાઈમ હોતો નથી. પણ જેટલું ટુંકાણમાં એટલે માખણરૂપમાં એટલે કે સંક્ષેપમાં હોય તો ઉપર છલ્લું જોવાનો તો જરૂર પ્રયાસ કરશે જ અને એમ કરતાં કરતાં ભાવ વધતો જશે એવી ભાવનાથી રાજભોગ અને પોઢાડતાં સુધીની જ ભાવના પ્રગટ કરવાનો પ્રયાસ કર્યો છે.એ બદલ ક્ષમા યાચું છું. બીજું આ પુસ્તકમાં સેવા રીતિના ક્રમ પ્રમાણે ભાવના લેવાનો પ્રયાસ કરેલ છે. તો તે પ્રમાણે સમજીને વાંચવા વિનંતી. મારા આ પ્રયાસ માટે ત્રણેવ નિધિસ્વરૂપોની કૃપા જ કારણ રૂપ છે. મારાથી કાંઈપણ ભૂલચૂક થઈ હોય તો ત્રણેવ

નિધિ સ્વરૂપોના ચરણોમાં દંડવત કરી ને માફી માગું છું. અને શ્રીઠાકોરજી વૈષ્ણવોના સેવાભાવમાં ઉત્તરોત્તર વધારો કરે એજ પ્રાર્થના સહ.

-નયનાના "જયશ્રી કૃષ્ણ"

તુલસી કંઠી તથા વલ્લભકૂળની ભાવના

સવારે ઉઠતાં ની સાથે પોતાના ગળામાં રહેલી તુલસીની માલાનાં દર્શન કરવા. યજ્ઞોપવિત ધારણ કરનાર બ્રાહ્મણોએ યજ્ઞોપવિત ના પણ દર્શન કરવા. કારણ માલા શ્રીઠાકોરજીનું સ્વરૂપ છે. અને તેના દર્શનથી શ્રીઠકોરજીની સેવામાં ભગવદ્‌ભાવ ઉત્પન્ન થાય છે.

બીજું આચાર્ય શ્રીમહાપ્રભુજીનો વંશ અલૌકિક છે. તેથી વલ્લભકૂળના બાળકોમાં ભેદ બુધ્ધિ રાખવી નહિ. પ્રાતઃકાલમાં ઊઠતા સાથે શ્રી મહાપ્રભુજી, શ્રી ગુસાંઈજી, નામદાતા ગુરુ બ્રહ્મસંબંધ દાતા ગુરુ તથા વલ્લભકુળના સર્વે બાળકોને યાદ કરી, શ્રી ઠાકોરજીનું સ્વરૂપ છે. એમ ભાવના સહિત સર્વેને વંદન કરવા.

મંદિરની ભાવના

મંદિર અક્ષરબ્રહ્મનું સ્વરૂપ છે. અને તે મંદિર સ્વરૂપી અક્ષરબ્રહ્મમાં શ્રી પુરૂષોતમ બિરાજે છે.

અથવા તો મંદિર શ્રીવૃંદાવનની અંદર કુંજ રૂપ છે,તે કુંજ માં શ્રીયુગલ સ્વરૂપ પોઢયાં છે.

અથવા મંદિર શ્રીનંદાયરાજીનું ઘર છે. તે ઘરમાં શ્રીઠાકોરજી પોઢયા છે. વગેરે ભાવ વિચારવા.

મંદિરના કમાડોની ભાવના

મંદિરના બે કમાડ છે. તે શ્રીસ્વામિનીજીના બે નેત્રની બે પલકો છે. પલકોની (પોંપચાની) અંદર નેત્રમાં શ્રીઠાકોરજી દિપીત થઈ રહેલા છે. (બિરાજેલાં છે.)

ઘટ નાદની ભાવના

૧) વ્રજમાં સાત્વિકી, રાજસી અને તામસી એમ ત્રણ પકારની ગાયો છે. તેમના ગળામાં નાની નાની ઘંટડીઓ છે, તે ગાયો શ્રીઠાકોરજીને જગાડવા માટે પોતાના મસ્તક હલાવે છે અને ઘંટડીઓ વગાડે છે. અમારા વાછરડાં રાત્રીના ભૂખ્યા થયા છે. એમ સૂચનો કરતી ઘંટડીઓ વગાડે છે. અને ઠાકોરજીને જગાડે છે.

૨) નંદરાયજીના ઘરમાં રાજસી, તામસી અને સાત્વિકી એમ ત્રણ પ્રકારની સોળ હજાર કુમારીકાઓ પોતાના કંઠથી, વાણીના મધુર સ્વરથી ગીત ગાતી શ્રીઠાકોરજીને જગાડે છે.

૩) તેમ નિકુંજમાં શ્રીસ્વામિનીજીએ લીલા સંબંધી પાળેલાં મેના, પોપટ સમયે સમયે શ્રીઠાકોરજીને જગાડવાની ટહેલ કરે છે. પણ લીલાના પક્ષી તમચર (કુકડા)ના વૃતાન્તથી બીએ છે. અને ત્યારથી શ્રીસ્વામિનીજી અપ્રસન્ન થશે એવી બીકથી મેના, પોપટ જગાડતા ન હતા.પણ આ મેના, પોપટ આધિદૈવિક સ્વરૂપ છે તેથી તે દિવસથી લલિતા અને વિશાખાના કંઠની સમાન મધુર સ્વરથી બોલતા શ્રીઠાકોરજીને જગાડે છે.

શંખનાદની ભાવના

શંખનાદ સરખાં કંઠ (સ્વર) વાળી સખીઓ રાજસી, તામસી અને સાત્વિકી એમ ત્રણ પ્રકારની છે. તેથી શંખનાદ ત્રણ વાર કરવો. આ શંખનાદની ભાવનાની યોગ્યતા વૈષ્ણવોને નથી. માટે વૈષ્ણવોને ઘેર શંખનાદ થતો નથી. પરંતુ આઠ પ્રકારની સખીઓનો બીજો, પુરૂષભાવ રૂપ છે, તેથી નંદરાયજીને ત્યાં દ્વારપાળો શંખ વગાડી શ્રી સ્વામિનીજીના કંઠનાદની સ્તુતિ કરાવે છે.

સિંહાસનની ભાવના

૧) સિંહાસન મહાત્મ્યમાં, સિંહાસન અક્ષરબ્રહ્મનું સ્વરૂપ છે. તેમ જણાવેલ છે.

૨) નંદજીના ઘરની લીલામાં સિંહાસન, શ્રીયશોદાજીના ગોદ(ખોળા) રૂપ છે. અને પ્રભુને ગોદમા ંલીધા છે. સિંહાસનમાં આજુબાજુ બે તકિયા, શ્રીયશોદાજીના બે હાથ છે. અને પ્રભુની પાછળનો ત્રીજા તકિયો શ્રીયશોદાજીનું હૃ દય છે.

૩) નંદાલયમાં કુમારીકાઓ શ્રીસ્વામિનીજીનું સ્વરૂપ છે. અને કુમારિકાઓના ભાવથી રાધા સહચરી પણ શ્રીસ્વામિનીજીનું સ્વરૂપ છે. તેથી સિંહાસન રાધાસહચરિની ગોદરૂપ છે. પાછળનો તકિયો હૃદય, આજુબાજુના તકિયા બે હાથ છે.

૪) નિકુંજમાં યુગલ સ્વરૂપની સેવા લલિતા વગેરે સખીઓ કરે છે. શ્રુતિરૂપાનું સ્વરૂપ શ્રીચંદ્રાવલિજી છે. અને લલિતાજી પણ શ્રીચંદ્રાવલિજીનું બીજું સ્વરૂપ છે. તેથી શ્રીચંદ્રાવલિજી તે લલિતાજી સ્વરૂપે પણ પ્રગટ છે. માટે કુંજમાં સિંહાસન છે તે શ્રીચંદ્રાવલિજી તથા લલિતાજીની ગોદ રૂપ છે. પાછળનો તકીયો બંનેના હૃદય છે. અને આજુબાજુના તકિયા હાથ છે.

૫) વળી સ્વામિનીજીના સ્વરૂપમાં શ્રીસ્વાનિમિજીથી શ્રી ચંદ્રાવલીજીનું સ્વરૂપ પ્રગટ થયેલું છે. તેથી સિંહાસન શ્રીસ્વામિનીજીની ગોદરૂપ છે. પાછલો તકિયો હૃદય છે. અને આજુબાજુના તકિયા હાથ છે.

આમ સિંહાસનના પાંચ ભાવ વિચારવા. સિંહાસનનું વસ્ત્ર, તે સ્વામિનીજીનું ઉત્તરીય (ઉપરનું ઓઢેલું) વસ્ત્ર છે. સિંહાસનમાં કળશ છે. તે કુચ (સ્તન) રૂપ છે, જમણી બાજુમાં તકિયા ઉપર મુખવસ્ત્ર મૂકીએ છીએ તે વાત્સલ્ય રસમાં શ્રીયશોદાજીના લહેંગા (ચણિયા) છે. અને નિકુંજમાં શ્રીસ્વામિનીજીના લહંગા છે. આ ભાવ વિચારવો.

મંદિર વસ્ત્રની ભાવના

મંદિર વસ્ત્રમાં જલ છાંટવાથી સાત્વિકી, રાજસી અને તામસી એમ ત્રણ પ્રકારના તાપ નિવૃત થાય છે. અને શિતળતા થાય છે. આ જળસિંચન કરવું (છાંટવું) તે મહાત્મ્ય રહસ્યમાં શ્રીઠાકોરજીના અધરામૃતનું સિંચન છે. તે જલસિંચન કરવાથી શ્રીઠાકોરજીના ચરણકમળની કુમકુમતાથી લલીતા વગેરે સખીઓના તાપ દૂર થાય છે. હૃદયમાં શિતળતા થાય છે.

ઝારીની ભાવના

૧) નંદાલયમાં ઝારીની ભાવના : નંદાલયમા વાત્સલ્યભાવમાં ઝારી શ્રીયશોદાજી સ્વરૂપ છે. ઝારી નિત્ય માંજવી એ શ્રીયશોદાજીને દેહકૃત્ય કરાવી નિત્યસ્નાન કરાવ્યું ગણાય છે. ઝારી ઉપર લાલ વસ્ત્ર ઢાંકવું એ શ્રીયશોદાજીની સાડી રૂપ છે. અને ઝારીની ટોટી શ્રીયશોદાજીનું સ્તન રૂપ છે. ઝારી રૂપી યશોદાજી લાલ વસ્ત્ર રૂપી સાડી પહેરી, ટોટી રૂપી સ્તનથી બાલકરૂપ શ્રીઠાકોરજીને સ્તનપાન કરાવે છે એમ ભાવ સમજવો.

૨) નિકુંજમાં ઝારી શ્રીયમુનાજીનો ભાવ છે.

૩) મુખ્ય ભાવમાં વામ (ડાબા) ભાગ ઉપર રહેલી ઝારી શ્રીસ્વામિનીજીની સ્વરૂપ છે. શ્રી સ્વામિનીજી ઝારી સ્વરૂપે રસરૂપ વસ્ત્ર (ભીનું વસ્ત્ર ભાવના-પ્રમાણે રસરૂપ છે.) ધારણ કરી શ્રીઠાકોરજીના વામ ભાગમાં બિરાજે છે.

૪) તેવી જ રીતે ઝારીને કુમારિકાનો ભાવ પણ માનવો (કુમારિકાના ભાવમાં પણ શ્રીસ્વામિનીજીનો ભાવ માનવો) ચારે ભાવમાં બધા સ્થાનમાં શ્રીયમુનાજી રહેલા છે.

શ્રી ઠાકોરજીને જગાડવાની ભાવના

પ્રથમ શ્રીઠાકોરજીના મુખારવિંદના દર્શન કરતાં શ્રી મહાપ્રભુજીનું સ્મરણ કરવું. કારણ આચાર્યશ્રી મહાપ્રભુજી છે, તે શ્રી ઠાકોરજીનું મુખારવિંદ સ્વરૂપ છે.

મંગલભોગ ધરવાની ભાવના

મંગલભોગ ધરતાં પોતાના હૃદયમાં વાત્સલ્યરસ રાખવો. તે સમયે શ્રી ઠાકોરજીની આગળ રાખેલી ચોકી તે શ્રીરોહિણીજીનું સ્વરૂપ છે. સોનાની કટોરી તે શ્રીસ્વામિનીજીનું રસરૂપ પાત્ર છે અને ચાંદીના પાત્ર હોય તો શ્રીચંદ્રાવલીજીનો ભાવ સમજવો,પિત્તળના પાત્ર હોય તો સોનાનો ભાવ માનવો, તે શ્રીસ્વામિનીજીનું રસરૂપ પાત્ર છે, તેમાં કુમારિકાનો ભાવ માનવો અને શ્રીયમુનાજી તો સર્વમાં રહેલા છે. મોટા કટોરાને શ્રીચંદ્રાવલીજીનો હાથ માનવો અને કટોરી શ્રીસ્વામિનીજીનું રસરૂપ પાત્ર છે. તેમાં કુમારિકાઓનો ભાવ આવી ગયેલો છે.

ટેરાની ભાવના

ટેરો છે તે માયારૂપ છે. માયા બે પ્રકારની છે. એક અવિદ્યારૂપ માયા, ભગવાનના ધર્મમાં આપણું મન લાગવા દેતી નથી. બીજી વિદ્યારૂપ માયા ભગવાનની સેવારૂપ છે. માટે

(૧) સામગ્રી ધરતાં આગળ ટેરો કરીએ છીએ તે વિદ્યારૂપ માયા છે. સામગ્રી સ્વરૂપાત્મક છે, અને પ્રભુ ભોગકર્તા છે. તેથી ભોગ હંમેશા એકાન્ત વિના થાય નહિ માટે માયારૂપી ટેરો કરવાથી ભકતજનોના મનોરથ સિધ્ધ થાય છે.

(૨) વાત્સલ્યમાં ટેરો કરવાથી કોઈની નજર (દ્રષ્ટિ) લાગે નહિ.

(૩) કુમારિકાના ભાવમાં, શ્રીસ્વામિનીજી પધાર્યા છે તેમની સાથે શ્રીઠાકોરજીને (ઠાકોરજી સ્વરૂપ પોતાના પુત્રને) બાલભાવથી શ્રીયશોદાજી બેસાડીને મંગલભોગ ધરે છે.તે સમયે રહસ્ય (એકાંત) લીલાને ગુપ્ત રાખવા માટે ટેરો માયારૂપ માનીને કરવો.

આચમનની ઝારી, મુખવસ્ત્ર તથા બીડીની ભાવના

આચમનના ઝારી શ્રીયમુનાજીનું સ્વરૂપ છે. તષ્ટિ (ઝારી નીચે તબકડી મુકાય છે તે) શ્રીલલીતાજી સ્વરૂપ છે. બંને સ્વરૂપના મુખનું પ્રસાદીજળનું પાન ભકત કરે છે.

મુખ વસ્ત્ર છે તે સ્વામિનીજીનું ઉતરીય (ઉપર ઓઢેલું) વસ્ત્ર છે.

પાનની બીડી તે શ્રીસ્વામિનીજીના મુખારવિંદનો ઓગાળ છે.

મંગળા આરતીની ભાવના

આરતી એટલે પોતાના હૃદયમાં શ્રીઠાકોરજીનો વિરહ હતો તે પ્રભુ પર ન્યોછાવર કર્યો (ઓવરણાં લીધાં) એમ સમજવું. વાત્સલય ભાવથી જો સમજીએ તો એમ જાણવું કે, આરતી ઉતારીએ તે શ્રીયશોદાજી પુત્રની રક્ષા માટે ઓવરણાં લે છે એમ સમજવું. આમ તો મંગળા આરતી રાધાજીના (સ્વામિનીજીના) ભાવથી થાય છે. એટલે મંગળામાં વેણું ધરવામાં આવતી નથી.

આરતીમાં પણ શ્રીઠાકોરજીના સુખનો વિચાર કરવામાં આવે છે. જેમકે ઉનાળામાં ચાર વાટની, (જેથીશ્રીઠાકોરજીને - લાલાને બહુ ગરમીના લાગે) શિયાળામાં સોળ વાટીની આરતી કરવી. (કારણ ત્યારે ઠંડી હોય છે. તેથી થોડો ગરમાવો થાય તો સારુ રહે.) ચોમાસામાં બે થર જલાવવામાં આવે છે. શિયાળામાં ત્રણ અને ઉનાળામાં તો એક જ થર. જેથી ગરમી બહુ ના લાગે.

અભ્યંગ તથા સ્નાનની ભાવના

થાળીમાં ચોકી બિછાવી ઉપર ચાર પડવાળું વસ્ત્ર બિછાવવું.

સ્નાનની થાળી છે તે લલીતાજીનું સ્વરૂપ છે. અને ચોકી છે. તે ચંદ્રાવલીજીનું સ્વરૂપ છે. ઉપર બિછાવેલું ચાર પડવાળું વસ્ત્ર છે તે શ્રીસ્વામિનીજીનું સ્વરૂપ છે.

અભ્યંગમાં, આમળા શ્રીયમુનાજીનો ભાવ, તુલસી કુમારીકાનો ભાવ અને હળદર અલૌકિક વ્યૂહની સૂચના કરે છે. અને કેટલાક વિરહની સુચના કરે છે એમ માને છે. અને તે હળદર શ્રીસ્વામિનીજીનો વર્ણ (રંગ) છે. ફૂલેલ શ્રી સ્વામિનીજીનો સ્નેહ છે. જલ શ્રી ચંદ્રાવલીજી રૂપ શ્રીસ્વામિનીજીના હૃદયનો વિરહ છે. આમ ભાવનાઓ કરી અભ્યંગ કરાવવું.

નવનિતપ્રિયાજીને કેસરી-ચંદનમાં ફૂલેલ પધારાવી સ્નાન કરાવવું. ચંદન-ચંદ્રાવલીજીનું રૂપ, કેસર શ્રીસ્વામિનીજીનું રૂપ, જળ-શ્રીયમુનાજીનું રૂપ વગેરે. આવા પ્રકારથી સ્નાન કરાવવાં.

જયારે જળના લોટામાં થોડું જળ રહે ત્યારે તે લોટાનું જળ શ્રીઠાકોરજી ઉપર ફેરવીને થાળીમાં પધરાવી દેવું. તેનો ભાવ એ છે કે શ્રીઠાકોરજી વસ્ત્ર વિના સ્નાન કરે છે ત્યારે વસ્ત્ર રહિત શ્રીઠાકોરજીના સર્વાંગનું દર્શન કરવાથી દૃષ્ટિ (નજર)નો દોષ હોય તોતે દૃષ્ટિ દોષના નિવારણ માટે તેમ કરવું.

શૃંગારની ભાવના

શ્રીઠાકોરજીને અંગવસ્ત્ર કરી શ્યામ સ્વરૂપ હોય તો ચુવા અને ગૌર સ્વરૂપ હોય તો અતર સમર્પવું (ચુવા એટલે સુખડના લાકડાને બાળીને તેની ઝોળ (ધુણી)ઉપર વાડકી ઢાંકવાથી પાણીના ટીપાં જેવું જે તેમાં બાઝે, અને તે ભેગું કરીએ તે ચુવા) ચુવા છે તે શ્રીયમુનાજીનું શ્રમજળ (પરસેવાનું પાણી) છે.

અંજન ધરાવતા હોઈએ તો ધરવી. (અંજનમાં કાજળ, ઘી થોડી બરાસ પણ પધરાવવાં) **કાજળ** - શ્રીયમુનાજીનો ભાવ છે, **ઘી** - શ્રીસ્વામિનીજીનો સ્નેહ છે, **બરાસ** - શ્રીચંદ્રાવલીજીનું શ્રીઅંગ છે.

નૂપુર - શ્રીસ્વામિનીજી પહેરાવે છે તથા શ્રીયશોદાજી વાત્સલ્ય રસથી અધિકપણાના ભાવથી શ્રીઠાકોરજીને ધરાવે છે.

શ્રીયશોદાજીના ઘરમાં શ્રીસ્વામિનીજીના ભાવથી શ્રીકુમારીકાઓ શૃંગાર ધારણ કરાવે છે. પણ નિકુંજમાં શ્રીસ્વામિનીજી પોતાના શ્રીહસ્તથી શૃંગાર કરે છે. નિકુંજમાં શ્રીસ્વામિનીજી જયારે શ્રીઠાકોરજીના શૃંગાર કરે છે ત્યારે બધો શ્રૃંગાર શ્રુતિરૂપા સખી શ્રીસ્વામિનીજી પાસે ઉભા રહી તૈયાર કરી

આપે છે. એટલે એવો ભાવ વિચારવો કે શ્રીસ્વામિનીજીનો શૃંગાર શ્રુતિરૂપા સખી કરે છે. કારણ કે શ્રીઠાકોરજી સાથે શ્રીસ્વામિનીજી અપ્રગટ સ્વરૂપે બિરાજે જ છે. નિકુંજમાં શ્રીસ્વામિનીજી નખથી શિખા સુધી શણગાર કરે છે. તે વિપરીતિનો શૃંગાર કહેવાય છે.

શૃંગાર માં બે પ્રકાર છે. **રીતિના શૃંગાર** શિખાથી ચરણ સુધી ધરવામાં આવે છે. મર્યાદામાં રીતિનો શૃંગાર હોય છે. **વિપરીતિના શૃંગાર** ચરણથી શીખા સૂધી ધરવામાં આવે છે. પુષ્ટિમાં વિપરીતિના શૃંગાર હોય છે.

નૂપુર - શ્રી સ્વામિનીજીનો ભાવ છે.
ઝાંઝર - શ્રી યમુનાજીનો ભાવ છે.
સોનુ - શ્રી સ્વામિનીજીનો ભાવ છે.
મણકા - શ્રી યમુનાજીનો ભાવ છે.
રૂપુ - શ્રી ચંદ્રાવલીજીનો ભાવ છે.
હીરા - શ્રી કુમારીકાનો ભાવ છે.

પિતાંબર ઉપર ધરેલી કટી કંકણી (કંદોરો) શ્રી સ્વામિનીજીની કટીની (કેડની) પ્રસાદી છે. તે રાસ વગેરે વિહારમાં રસ ઉદ્દિપન કરે છે. વૈજન્તીમાળા ગળાથી કેડ સુધી આવે છે.

કંઠે - સોનાના મણકાની વચમાં મણી માણેક પરોવ્યા હોય તે શ્રીસ્વામિનીજીના ભાવથી જાણવા. **સોનાના મણકા** તથા **મણીમાણેક** નિત્ય સિદ્ધાના ભાવથી જાણવા. એટલે કે નિત્યસિદ્ધા ભકતોને શ્રીસ્વામિનીજીએ પોતાના ગળે વળગાડી રાખ્યા છે. તેના ઉપર **ગજમોતીની માળા** શ્રી ચંદ્રાવલીનો ભાવ છે. એના ઉપર **સોનાની સાંકળ** જે હૃદય ઉપર ધરેલી છે. તે શ્રી સ્વામિનીજીનો ભાવ છે. આ સોનાની સાંકળને

શ્રીસ્વામિનીજીએ સ્નેહરૂપી ફાંસો બનાવી શ્રીઠાકોરજીના કંઠમાં ધરીને વશ કરી દીધા છે. તેની વચ્ચે હૃદય ઉપર **ચોકી** બિરાજે છે. તે શ્રીસ્વામિનીજી તથા શ્રીચંદ્રાવલીજીના હૃદયરૂપી હીરામાં રત્ન જડીત પ્રકાશ છે - તેને શ્રીસ્વામિનીજી તથા શ્રીયમુનાજીનો ભાવ માનવો. ત્યાં ઉપર **પહેલી સેરની** (છન્નની)ચિહ્નની ભાવના કરવી તે આધિદૈવિક લક્ષ્મીરૂપશ્રીસ્વામિનીજીનું છે તે શ્રીઠાકોરજીએ પોતાના હૃદયમાં છૂપાવી રાખ્યા છે. ત્યાં કંઠમાં **કૌસ્તુભ મણીની** ભાવના કરવી. ત્યાં કોટિ કોટિ શ્રીસ્વામિનીજીના હૃદયનું સ્થાન છે. કંઠમાં સોનાની **હંસલી** (હાંસડી) પહેરે છે. તે સ્વામિનીજીના હાથ મરડવાના ભાવથી કંઠમાં ધારણકરી રાખી દીધા છે. તે હંસલીમાં ચિત્રવિચિત્ર નકશી છે. તે શ્રીસ્વામિનીજીના હાથમાંના આભૂષણ માનવાં. હંસલીમાં **બે નોકમુરી** છે, તે શ્રીસ્વામિનીજીના નખનો ભાવ છે. (નોકમુરી એટલે હંસલીના બે છેડા નાના કોઈપણ આકારવાળા હોય છે. જેમકે..બે ગોળ અથવા બે પાન આકારના વગેરે.

શ્રીઠાકોરજી ત્રણ લરની (સેરની) પાંચ લરની, સાત લરની, નવલરની, તેરલરની અને એકવીસ લરની આટલી માળાઓ યોગ્ય સમયે ધારણ કરે છે.

ત્રણ લર ની માળા છે તે સાત્વિક, રાજસી અને તામસી એમ ત્રણ પ્રકારના ભકતોનો ભાવ છે. ત્રણેવને શ્રીઠાકોરજી અંગીકાર કરી ઉદ્ધાર કરે છે.

પાંચ લર ની માળા છે તે શ્રીસ્વામિનીજી, શ્રીયમુનાજી, શ્રીચંદ્રાવલીજી, શ્રીકુમારિકા તથા બધી શ્રીસ્વામિનીજીનો ભાવ છે.

સાત લર ની માળા છે તે રાજસી, તામસી અને સાત્વિકી એમ ત્રણ અને ચારેવ યૂથપતિ મળીને સાત પ્રકારના ભકતોનો ભાવ છે.

નવલરી માળા માં નવ પ્રકારના ભકતનો ભાવ છે.

તેરલરી માળામાં ભકતોના અંગના ભાવથી તેમજ શ્રીસ્વામિનીજીના અને શ્રીયમુનાજીના ભાવથી મળીને તેર લરીનો ભાવ છે.

એકવીસ લરીનો ભાવ દશ પ્રકારના ભકત શ્રુતિરૂપામાં, નવ પ્રકારના ભકત કુમારિકામાં તથા સાત્વિકી અને રાજસી એમ મળીને એકવીસ લરીનો ભાવ સમજવો.

બીજું ગોપીગીતમાં લખ્યું છે કે ગોપીગીતના ઓગણીસ શ્લોક (એટલે કે ઓગણીસ જાતની ગોપીઓ) પછી શ્રીસ્વામિનીજી, શ્રીયમુનાજી અથવા નિત્ય સિધ્ધા મળીને એકવીસ થાય છે. માટે શ્રીઠાકોરજી એકવીસ લરકી ધારણ કરે છે. એમ ભાવ સમજવો.

ફૂલની માળાજીનો ભાવ

કંઠથી ચરણારવિંદ સુધી ધરેલી ત્રણ, તેમજ બધી માળાની ઉપર વનમાળા, તુલસી તથા અનેક વનસ્પતિ, બધાં ફૂલ વગેરેમાં વ્રજની શ્રીસ્વામિનીજી, શ્રીયમુનાજી, સખી સહચરી એ બધી દૂતીઓનો ભાવ છે. તેથી શ્રીઠાકોરજી ભ્રમરરૂપે અનેક રૂપ ધારણ કરીને વનમાલા ઉપર બધા ભકતોના રસનો અનુભવ કરે છે.

કોઈવાર એકલી **તુલસીની માળા** શ્રીઠાકોરજી ધારણ કરે છે. ત્યારે શ્રીસ્વામિનીજીના શ્રીઅંગની સુગંધ અનુભવ કરે છે. માટે કહ્યું છે કે, "પ્રિયા ગંધ સુરભી તુલસી ચરણ પ્રિયા"

કમળના ફૂલોની માળા શ્રી સ્વામિનીજીના હૃદયનો ભાવ છે. આમ શ્રીસ્વામિનીજીના હૃદયરૂપી કમળના ફૂલોની માળા શ્રીઠાકોરજી પોતાના હૃદય ઉપર ધારણ કરે છે. એટલે કે શ્રીઠાકોરજી પોતાના હૃદય સાથે શ્રીસ્વામિનીજીનું હૃદય મિલાવે છે. એમ કમળના ફૂલોની માળા ધરતાં ભાવ સમજવો.

કોઈવાર **પીળી ચમેલીની માળા** ધારણ કરે ત્યારે શ્રીસ્વામિનીજીના શ્રીઅંગનો વર્ણ છે એમ ભાવ સમજવો.

ધોળી ચમેલીની માળા શ્રીચંદ્રાવલીજીના શ્રીઅંગનો ભાવ સમજવો. **મોગરાના ફૂલની માળા** શ્રીચંદ્રાવલીની

દાંતની લાઈનનો ભાવ સમજવો. **ચંપાના ફૂલોની માળા** શ્રીકુમારિકાનો ભાવ છે. **ગુલાબના ફૂલની માળા** ધારણ કરે ત્યારે શ્રી સ્વામિનીજીના હાસ્યથી ફૂલ ઝરે છે. એમ ભાવ સમજવો. **કોયલના ફૂલમાં**-શ્રીયમુનાજીનો ભાવ છે. **પાંડર**-શ્રીસ્વામિનીજીની નાસિકનો ભાવ છે. **કદમના ફૂલ**-કુમારિકાના સ્તન રૂપ છે. કદમ્બ ખૂબ થાય છે. આ પ્રમાણેના ભાવ હૃદય માં વિચાર કરીને તે ફૂલોની માળાઓ બનાવી શ્રીઠાકોરજીને ધરવી.

માળાજીમાં વચ્ચે થાક બનાવીએ છીએ તે (રાધાજી) શ્રીસ્વામિનીજીનું સ્વરૂપ છે. અને થાક બનાવતી વખતે જાણે આપણે રાધાજીને પન્ના, માણેક, મોતી, હીરા વગેરેથી શણગારી રહ્યા હોઈએ એવો ભાવ રાખવો અને માળાજી આપણે શ્રીઠાકોરજીને ધરાવીએ છીએ તે શ્રીસ્વામિનીજી, (શ્રીરાધાજી) વ્રજભકતો સહિત શ્રીયમુના કિનારે ભેગા થઈને શ્રીઠાકોરજીના હૃદયે ભેટવા જઈ રહ્યા છે એવો ભાવ રાખવો

માળાજી જે પાટ ઉપર બનાવીએ છીએ તેમાં શ્રીયમુનાજીના કિનારાનો ભાવ જાણવો, આમ શ્રીયમુના કિનારે બધા વ્રજભકતો શ્રીસ્વામિનીજી સહિત ભેગા થઈને એક સૂત્રે પરોવાઈ શ્રીઠાકોરજીને ભેટવા પોતાના ભકતો દ્વારા જાય છે. અથવા પહોંચે છે.

શ્રીહસ્તના શૃંગારનો ભાવ

શ્રીઠાકોરજી બંને શ્રીહસ્તની દશ આંગળીઓ ઉપર રત્નજડીત **દસ વીંટીઓ** ધારણ કરે છે. તેનો એવો ભાવ સમજવો કે શ્રીઠાકોરજીએ દશે આંગળીઓ ઉપર દસ પ્રકારના ભકત રાખી લીધા છે. શ્રીઠાકોરજી પોતાના ભકતના સ્નેહને વશ થઈ ગયા છે. તેથી ભકતને છોડી દેતા નથી. માટે શ્રીઠાકોરજીએ શ્રીહસ્તની દસ આંગળીઓ ઉપર ધારણ કરેલી દશ વિંટીઓને દસ પ્રકારના ભકત સમજવાનો ભાવ છે.

દસ આંગળીઓના **દસ નખ** છે. તે દશ ચન્દ્ર રૂપ છે. તેમના પ્રકાશથી ભકતના હૃદયમાં રહેલા કુભાવ રૂપી અંધકારનો નાશ કરી વિવાહૃદયમાં પ્રકાશ તથા શીતળતા પ્રાપ્ત કરાવે છે.

બંને શ્રીહસ્તમાં **કંકણ** છે. તે, શ્રીસ્વામિનીજી સાથે વિવાહ કર્યો ત્યારે પોતાના જડિત કર કંકણ પહેરાવ્યા છે એવો ભાવ છે. તે કંકણ ની પાસે **જડાઉ પહોંચી** છે તે યમુનાજીનો ભાવ છે. તેની પાસે **મોતીની પોંચી** છે તે શ્રીચંદ્રાવલીજીએ પોતાના વિવાહના ભાવથી શ્રીઠાકોરજીના બંને શ્રીહસ્તમાં પહેરાવી છે.

તેની પાસે **સોનાનાં કડાં** છે, તે કુમારિકાઓએ વિવાહ ભાવથી શ્રીઠાકોરજીના શ્રીહસ્તમાં પહેરાવ્યાં છે. તેને લીધે બંને

(રીતિ-વિપરીતિ) રસનો ભાવ પ્રગટ થાય છે. તે કોક-કલાના (લીલામાં એક જાતની કલા તે કોક-કલા કહેવાય છે.) રસનાં બંધન છે. જડીત સોનાનાં બાજુબંધ છે. તે શ્રીસ્વામિનીજીનો ભાવ છે.

મુરલી (વેણુ)ની ભાવના

શ્રીસ્વામિનીજી પોતાના કંઠથી જે સ્વરથી ગાય છે તે સૂરને શ્રીઠાકોરજી પોતાના મોરલીના સૂર સાથે મેળવીને શ્રીહસ્તમાં ધારણ કરે છે. અને તે કારણથી શ્રીઠાકોરજીને મુરલી પરમ પ્રિય છે.

શ્રીઠાકોરજી અધર (નીચલા હોઠ) ઉપર મુરલી ધારણ કરે છે. તે અધરામૃત મોરલી શ્રીસ્વામિનીજીનો ભાવ છે. મુરલી હસ્તમાં ધારણ કરે ત્યારે શ્રીકુમારિકાનો ભાવ જાણવો. કોઈ વાર પોતાના ભકતોને અધરામૃતનો મુરલી ધ્વારા અનુભવ કરાવવો હોય ત્યારે શ્રીઠાકોરજી મુરલી લઈને પોતે બજાવે છે. મુરલીમાં સાત રન્ધ્ર (કાણાં) છે. તેમાં સૌથી ઉપરનું **મુખ્ય રન્ધ્ર** શ્રીસ્વામિનીજીને રસપાન કરાવવા માટે છે, પછી બીજા છ રન્ધ્ર છે તેમાં પ્રથમ રન્ધ્ર શ્રીચન્દ્રાવલીના રસપાન માટે છે, **બીજું રન્ધ્ર** સોળ હજાર શ્રીઅગ્નિકુમારીકાના રસપાન માટે છે, **ત્રીજું રન્ધ્ર** ગાયના રસશ્રવણ માટે છે, **ચોથું રન્ધ્ર** ગોવર્ધનના રસપાન માટે છે, **પાંચમું રન્ધ્ર** દેવતાઓના રસપાન માટે છે, વળી વ્રજનાં સર્વ લતા, વૃક્ષો, ઔષધિ અને ભૂમિ મૂર્છા પામે ત્યારે તેને રસપાન

કરાવવા માટે **છઠ્ઠુ રન્ધ્ર** છે. (રસપાન કરાવવા માટે મોરલીનો સૂર છે.)

વેણુમાં પોલ શા માટે કર્યો છે ? જયારે મુરલી હૃદયમાંથી સંસારની સર્વ લૌકિક વૈદિક વાસના છોડી દઇ કેવળ મુક્તિરસના માટે શ્રીઠાકોરજીની પાસે આવી, ત્યારે મોરલીનો શુધ્ધ ભાવ જોઈને શ્રીઠાકોરજીએ પોતાના સ્વરૂપના આનંદનો ભાવ આપવા સારૂ મોરલીને પોતાના અધર ઉપર ધારણ કરી અધરામૃત આપ્યું પછી તે વેણુ બજાવી ત્યારે તે અધરામૃત રસ વ્રજમાં વ્યાપ્યો તેથી વ્રજભકતો (ભગવદીયો) ભીંજાઇ ગયા તેથી વ્રજવાસી સર્વે અધરામૃતના સંબંધથી રસરૂપ થયાં. તે ઉપરથી ભાવ એવો સમજાવે છે કે પુષ્ટિમાર્ગમાં જીવ આચાર્ય શ્રીમહાપથભુજીના ચરણારવિંદના શરણે આવે તો મુરલીની પેઠે તે જીવના હદયમાં રહેલી દેહ સંબંધી તેમજ અન્ય પદાર્થ સંબંધી લૌકિક-વૈદિક સંસારી વાસનાઓ છૂટી જાય અને પોતાનું મન ભગવદ્રસમાં લીન થાય ત્યારે તે જીવને મુરલીની પેઠે અધરામૃત રસની પ્રાપ્તિ થાય છે.

વેણુવેત્રની ભાવના

વેણુ પુષ્ટિ ભકિતના રસનો અનુભવ કરાવે છે. બાળસ્વરૂપને એકલી વેણૂ ધરવી. વેત્ર-મર્યાદા ભકિતના રસનો અનુભવ કરાવે છે. વેત્ર જેમ ગાયોને સીધા રસ્તે હાંકવા માટે વાપરે છે. તેમ જીવ પણ પોતાના રસ્તેથી આઘોપાછો થાય (અવ્યવસ્થિત વર્તે) તો સીધો કરવા વેત્ર વાપરવી પડે (શિક્ષા કરવી પડે) એવો ભાવ વિચારવો. એટલે ઠાડા સ્વરૂપને વેણુ-વેત્ર બંને ધરવા.

(અવ્યવસ્થિત એટલે વાંકો ચાલે તે.) જીવે મન, કર્મ વચનથી ઠાકોરજીના શરણે જ રહેવું જોઈએ, લૌકિકમાં આસ્થા ન કરવી,કોઈનું ખરાબ કે નુકશાન થાય તેવું ન કરવું, સત્ય બોલવું, સર્વની સાથે પ્રેમ, સહકારથી વર્તવું. ઠાકોરજીની અને ગાયની સેવા મુખ્ય સમજવી સર્વાત્મ ભાવ રાખવો વગેરે.વગેરે...)

ચીબુક (હડપચી) ના આભુષણની ભાવના

ઠાકોરજીના શ્યામ સ્વરૂપની ચિબુક ઉપર કસ્તુરીનું બિંદુ કરે છે. તેનો ભાવ એ છે કે શ્રી સ્વામિજીની શ્રી ઠાકોરજીના અધરામૃતનું પાન કરે છે ત્યારે રસ બહુ વધી જવાથી શ્રી ઠાકોરજીના મુખથી રસ વહેવા લાગે છે એટલે રસ વહીને ચીબુક ઉપર આવે છે. તે ચિબુક ઉપર આવેલા રસમાં શ્રી સ્વામિજીનો પણ રસ એકત્ર થયેલો હોય છે. આમ યુગલ સ્વરૂપના એકત્ર થયેલા અધરામૃત પ્રસાદનું પાન કરવા શ્રીચંદ્રાવલીજી આવીને ચિબુક ઉપર બિરાજમાન થયેલા છે. આમ ચિબુક છે ત્યાં ચંદ્રાવલીજીનો ભાવ માનવો.

તેના ઉપર વેસર(નથ)ધરે છે. તે શ્રી સ્વામિનીજી અને શ્રી ચંદ્રાવલીજી એમ બંને જણાં પોતે શ્રી ઠાકોરજીને પહેરાવે છે.

વેસરીની ભાવના

રાતા ગિલોડાના ફલ જેવા શ્રી ઠાકોજીના અધર છે, તે અધરામૃતના રસનું પાન કરવા માટે તે ઉપર શ્રી સ્વામિનીજીના મનરૂપ પોપટ (શૂક) આવીને બેઠો છે. અને અધરામૃતનું પાન કરી રસમાં મગ્ન થઈ ઘુમી રહ્યો છે. આમ વેસરીમાં શ્રીસ્વામિનીજીનો ભાવ વિચારવો.વેસરીમાં મોતી છે અને સોનું છે,તેમાં સોનાને શ્રી સ્નામિનીજીનો ભાવ અને મોતીને શ્રી ચંદ્રાવલીનો ભાવ માનવો.

આમ ચારેય યૂથપતિની ભાવના કરવી શ્રી સ્વામિનીજી, શ્રી યમુનાજી, શ્રી ચંદ્રાવલીજી અને શ્રી કુમારિકા એ ચાર સમજવાં કેટલાંક શ્રી યમુનાજી, શ્રી ચંદ્રાવલીજી,શ્રીકુમારિકા અને શ્રીલલીતાજી એમ ચાર પ્રકારે યૂથપતિ માને છે.

તિલકની ભાવના

કેસરી તિલક શ્રી સ્વામિનીજીનો ભાવ છે. **કસ્તુરીનું તિલક** શ્રી યમુનાજીનો ભાવ છે. **જડાઉ તિલક** શ્રીચંદ્રાવલીજીનો ભાવ છે. **ગોરોચનનું તિલક** છે તે શ્રી અગ્નિકુમારિકાઓના ભાવથી ધારણ કરે છે. **પ્રસાદી કુમકુમનું તિલક** વિરહતાપનું નિવારણ કરે છે. **લાંબુ તિલક** શ્રીસ્વામિનીજીના ચરણારવિંદના આકારની ભાવનાથી ધારણ કરે છે.

તિલકમાં શ્રીસ્વામિનીજીનો ભાવ છે. તેની ત્રણ ભાવના -

૧) એક સમય વ્રજવાસી સર્વે સખીજન શ્રીઠાકોરજી સાથે અને શ્રીઠાકોરજી સર્વે સખીજન સંગે વિહાર કરતા હતા ત્યારે શ્રીસ્વામિનીજીને થયું કે શ્રીઠાકોરજી તો રસિક શિરોમણી છે, તેથી કદાચ કોઈ ગોપી શ્રીઠાકોરજીને લઈ જશે તો! એટલે શ્રીઠાકોરજી પોતાને વશમાં રહે માટે શ્રીસ્વામિનીજીએ પોતાના ચરણારવિંદની પ્રસાદી તથા પોતાના ઉર-સ્થળની કુમ કુમ પ્રસાદીથી પોતાના ચરણારવિંદ સરખી છાપ, શ્રીઠાકોરજીના મસ્તક ઉપર લલાટમાં કરી દીધી, પછી સ્વામિનીજીએ મનમાં વિચાર્યું કે હવે ભલે શ્રીઠાકોરજી

વ્રજવાસી સર્વે ગોપીજનની સાથે વિહાર કરે પણ તેઓ મારે વશ (રહેશે) છે એમ કહેવાશે. તેથી શ્રીઠાકોરજીના લલાટમાં તિલક છે તે શ્રીસ્વામિનીજીના ચરણારવિંદની છાપ છે એમ ભાવ માનવો.

૨) શ્રીઠાકોરજીના મુખચંદ્રની શોભા અત્યંત છે, જાણે કે ત્રણે લોકની સઘળી શોભા એકઠી થઈને શ્રીઠાકોરજીના મુખચંદ્રની શોભામાં આવીને રહી હોય એમ લાગે છે. કદાચ વ્રજની ચંચલ ચતુર ગોપી આવીને ઝૂંટવીને લઈ જાય અથવા ચોરી જાય તો ? તેથી શ્રીસ્વામિનીજીએ શ્રીઠાકોરજીના લલાટમાં ચાક લગાવી દીધો છે. (ચાક-સ્ટેમ્પ-સીમ્બોલ)

૩) શ્રીઠાકોરજીની બંને **ભ્રુકુટી** (આંખની ભ્રમર) **ધનુષનું સ્વરૂપ છે**. અને બંને **નેત્ર બાણનું સ્વરૂપ છે**. પણ નયન બાણ તો પલકારાને વશ છે એમ સમજી વ્રજની સર્વે ગોપીને પોતાને વશ કરવા માટે શ્રીસ્વામિનીજીએ પોતાનું સ્વતંત્ર બાણ લઈને આંખની ભ્રમર (ભ્રુકુટી) ઉપર ધારણ કરી, શ્રીઠાકોરજીના લલાટમાં તિલક સ્વરૂપે રાખી દીધું છે. અને ત્રણે લોકને જીત્યાં છે. આમ વ્રજભકતોને જીતી પોતાને વશ કર્યાં છે. ત્યારેથી સર્વે ભકતજન શ્રીસ્વામિનીજીની આજ્ઞામાં રહે છે.

કુંડળની ભાવના

શ્રીઠાકોરજીના બંને કર્ણમાં મકરાકૃત, મત્સ્યાકૃત અને મયુરાકૃત(મોર જેવાં) એમ ત્રણ પ્રકારના રત્નજડીત સોનાનાં કુંડળ વારાફરતી ધરવા.

મકરાકૃત અને મત્સ્યાકૃત કુંડળ તે મગર અને મચ્છ (માછલી) જળમાં રહે છે અને જલ છે તે રસરૂપ છે માટે તે બંને કુંડળ રસરૂપ છે. તેથી ભકતોને રસની પ્રાપ્તિ થાય છે.

મકરાકૃત કુંડળ - સ્વકીય ભકતોના મનોરથ પૂર્ણ કરવાની ભાવના છે.

મત્સ્યાકૃત કુંડળ - તે સ્વામિનીજીને જીતીને પોતાના ચરણમા મચ્છનું ચિહન ધારણ કરેલ છે અને તેના આકારના કુંડળ કર્યા, પછી શ્રીસ્વામિનીજીએ પોતાના પ્રેમે સુંદર કટાક્ષ કરી, શ્રીગોવર્ધનધરને જીત્યા, પછી કુંડળ લઈને પોતાના ચરણમાં ધર્યા અને ચરણારવિંદની પ્રસાદી શ્રીઠાકોરજીને આપીને કહ્યું કે હવે આ કુંડળ ધારણ કરો. આ કુંડળ રસરૂપ થયા અને આ કુંડળનો જે કોઈ આશ્રય કરે તેને ભકિતરસ-સ્વરૂપાનંદનું દાન થાય છે.

મયુરાકૃત કુંડળ - પરકિય ભકતોના મનોરથ પૂર્ણ કરવાની ભાવના છે.

વળી કુંડળ સાંખ્યયોગ (આત્મભાવ)નો ભાવ પ્રગટ કરે છે.

અલકાવલીનો ભાવ

કેશમાં મોતીની સેર ગૂંથી છે. (કેશને મોતીની સેરથી ગૂંથ્યા છે.) તે અલકાવલી શ્રીચંદ્રાવલીજીના ભાવથી ધારણ કરી છે. શ્રીઠાકોરજીને શ્રીચંદ્રાવલીજીએ પોતાના બંદીવાન (કેદી) કરીને મોતીની સેર વડે કેશથી બાંધી દીધા છે.

શ્રીમસ્તકના શૃંગારનો ભાવ

પાઘ શ્રીયમુનાજીનો અને **મુકુટ** શ્રીસ્વામિનીજીનો ભાવ છે.

૧) આચાર્યા શ્રીમહાપ્રભુજી પોતે શ્રીસ્વામિનીજીનું સ્વરૂપ છે. અને મુકુટ છે તે સર્વોપરિ શૃંગાર રસ છે. તેથી શ્રીસ્વામિનીજીરૂપ શ્રીમહાપ્રભુજી પોતે **મોરપંખનો** તથા **ચંદ્રિકાનો મુકુટ** કરીને શ્રીઠાકોરજીને નિત્ય ધરાવે છે.

૨) ફુલેહ શ્રીચંદ્રાવલીજીના ભાવથી ધરાવાય છે તેથી તે ફુલેહ ઉત્સવ રાગ છે અને ઉત્સવમાં ધરાવાય છે. વળી ઉત્સવના બધાજ શૃંગાર શ્રીગૂંસાઇજીએ પ્રગટ કર્યા છે. શ્રીગૂંસાઇજી પોતે શ્રીચંદ્રાવલીજીનું સ્વરૂપ છે. એટલે શ્રીચંદ્રાવલીજી ઉત્સવના વાઘા-વસ્ત્રનું સ્વરૂપ છે. શ્રીચંદ્રાવલીજી સ્વરૂપ શ્રી ગુંસાઇજી ઉત્સવમાં કુલેહ અનેક ધારણ કરાવે છે.

૩) ઋષિપુત્રોને (અગ્નિકુમારોને) શ્રી રામચંદ્રજીએ વરદાન આપ્યું હતં કે સારસ્વત કલ્પમાં શ્રી કૃષ્ણચંદ્ર પુર્ણપુરૂષોતમ તમને પતિ સ્વરૂપે મળશે. તે અગ્નિકુમારેા તેજ શ્રીકુમારિકાઓ, જેઓ કાત્યાયિની દેવીનું પૂજન કરી શ્રીકૃષ્ણને પતિ તરીકે મેળવવા પ્રાર્થના કરતી હતી. એ પ્રમાણે પતિના ભાવથી કુમારિકાઓ **સહેરો** ધરાવે છે.

ટોપી - શ્રી યશોદાજીના ભાવથી ધારણ કરે છે.

ગ્વાલપગા - ગોવાળના ભાવથી

ટીપારો - તામસી ભકતોના મદ અને માનનું મર્દન કરવા(મસળી નાખવા) ધારણ કરે છે.

દુમાલા - રાજસી ભકતોના (ભાવથી) મનોરથ માટે ધારણ કરે છે.

ફેંટા - સાત્વિક ભકતોના ભાવથી ધારણ કરેછે.

વેણી - શ્રી સ્વામિનીજીનો પ્રસાદ છે એટલે શ્રી સ્વામિજીના ભાવથી ધારણ કરે છે.

મિનાનો શિરપેચ - શ્રી કુમારિકાઓના ભાવથી ધારણ કરેછે.

સોનાની કલગી - શ્રી કમારિકાઓના ભાવનું સ્વરૂપ છે.

મોરપીછ કલગી - શ્રી સ્વામિજીનો ભાવ છે.

તુર્રા (તોરો) - શ્રી યમુનાજીનો ભાવ છે.

ટિપારા - ઉપર બે કતરા ધરાવે છે. તેમાં ડાબા ભાગના કતરારૂપ શ્રી સ્વામિજીનીજીનું શ્રી ઠાકોરજી રક્ષણ કરેછે. અને જમણા ભાગના કતરારૂપ શ્રી ચંદ્રાવલીજીનું પણ શ્રી ઠાકોરજી રક્ષણ કરે છે.

એક ચંદ્રિકા - શ્રી સ્વામિનીજી ના ભાવથી ધારણ કરે છે.

ત્રણ ચંદ્રિકા - રાજસી, તામસી, અને સાત્વિક ભકતના ભાવથી ધારણ કરે છે.

પાંચ ચંદ્રિકા - ચાર યુથપતિ અને સ્વામિનીજીના ભાવથી તથા લલિતા વગેરે વ્રજભકતોના ભાવથી ધારણ કરે છે.

આમ નખથી શીખા સુધી શણગાર ધરાવાય છે. અને એને વિપરીતિ કહેવાય છે.

શ્રીસ્વામિનીજીના શૃંગારની ભાવના

૧) માંગ-પાંથીમાં સુંદર ફુલેલથી હિંગળોક ભર્યો છે. તે ફુલેલ શ્રીઠાકોરજીનો અત્યંત સંકુચિત સ્નેહ છે એમ સમજી શ્રીસ્વામિનીજી પોતાના મસ્તક ઉપર ધારણ કરે છે.

૨) શ્રી સ્વામિનીજીએ કાંસકી રૂપી પોતાના દાંતને શ્રીઠાકોરજીનું અધરામૃત પાન કરાવવા માટે ગાઢ મેઘ સરખા શ્યામ કેશ સ્વરૂપ શ્રી ઠાકોરજીના સ્નેહરૂપ ફૂલેલ ને પોતાના મસ્તક ઉપર ધારણ કરે છે.

૩) હિંગળોક શ્રી સ્વામિનીજીનું સ્વરૂપ છે. જેમ શ્રીનારાયણના હ્લદયમાં શ્રીલક્ષ્મીજીનું હૃદયમાં ચિહ્ન બિરાજે છે. તેમ શ્રીઠાકોરજીના હૃદયમાં હિંગળોક સ્વરૂપ શ્રીસ્વામિનીજી બિરાજે છે.(કેશના બે ભાગની વચ્ચે જે પાંથી છે તેને શ્રી ઠાકોરજીના હ્લદયની ભાવના આપી છે.)

૪) જે નાના નાના કેશ ઘુઘરીઓની માફક લટકી રહ્યા છે તે અનેક ભ્રમર રૂપ શ્રી ઠાકોરજી શ્રી સ્વામિનીજીના મુખ કમલોનાં રસનું પાન કરે છે.

૫) કેશની લાંબી લટો જે કપોલ ઉપર લમણા પાસેથી લટકીને લાંબી થઇ શ્રીસ્વામિનીજીના કુંચ (સ્તન) ઉપર આવીને શોભા આપે છે તે લટકતી કેશની લટ એટલે શ્રીઠાકોરજી પોતે શ્રીસ્વામિનીજી ના બંને હાથ ઉપરથી નીચા થઇને શ્રીસ્વામિનીજીના કુચ રૂપ કલશનો અનુભવ કરવા લટકી રહ્યા છે. આ ભાવ સમજવો.

૬) શ્રીસ્વામિનીજીના કેશને શ્રીઠાકોરજીનું સ્વરૂપ અને પાંથીમાં(માંગમાં) હિંગળોક તે શ્રીસ્વામિનીજીનું સ્વરૂપ, હવે શ્રીચંદ્રાવલીજી પોતે શ્રીસ્વામિનીજીના મસ્તક ઉપર રહેલા શ્રીઠાકોરજી રૂપી કેશને સંવારી (સારી રીતે ઓળીને)ફૂલ ગૂંથે છે આમ શ્રીયુગલ સ્વરૂપને શ્રીચંદ્રાવલીજીએ ગૂંથેલા ફૂલની, સખીજનો એ માળા પહેરાવી છે તેવો ભાવ સમજવો.

૭) ગૂંથેલા ફૂલ છે તે શ્રીચંદ્રાવલીજીનું સ્વરૂપ છે. એમ ફૂલરૂપી શ્રીચંદ્રાવલીજી શ્રીયુગલસ્વરૂપની સેવા કરે છે.

૮) સખી જનો એ શ્રીસ્વામિનીજીના મસ્તક ઉપરના બધા કેશ (સંવારીને) સારી રીતે ઓળીને નાડાછડીથી ગૂંથીને જૂડો(અંબોડો) બાંધ્યો છે. તેમાં નાડાછડી રૂપ શ્રીસ્વામિનીજી અને કેશરૂપ શ્રી ઠાકોરજી એમ યુગલ સ્વરૂપના મળીને રીતિ-વિપરીતિ એમ બે પ્રકારથી (કોઇવાર કેશઉપર તથા કોઇવાર નાડાછડી ઉપર)રમણ કરતાં દર્શન સખીજનો ફૂલરૂપે થઇને કરે છે. અંબોડાની ઉપર વેણી, પીઠ સુધી લટકી રહી છે. તેના નીચે સોનાનો ઝબ્ભો, શ્યામ રેશમની પાટનો ફાંદો - ફૂદનો (ઝુમખું) લાગી રહ્યો છે.

૯) સોનાનો ઝબ્ભો તે સ્વામિનીજીનું સ્વરૂપ, શ્યામ રેશમની પાટનો ફૂદનો તે શ્રીઠાકોરજીનું સ્વરૂપ છે.

શ્રીસ્વામિનીજીની પીઠ ઉપર રહેલી વેણી અને ઝભ્ભા વારંવાર ચંચલ થઇ રહ્યા છે(હાલી રહ્યા છે) તે જાણે શ્રીસ્વામિનીજીના શ્રીઅંગની પીઠરૂપ સોનાના સ્તંભ ઉપર રસરૂપ સૂરત હિંડોળે શ્રી ઠાકોરજી ઝુલી રહ્યા છે એવો ભાવ જાણવો.

વેણીમાં ચાર ઝભ્ભા છે અને ઝભ્ભામાં શ્યામ રેશમની પાટના ચાર ફૂદના છે,તે ચાર ફૂદના ચાર યૂથપતિ છે. એમ શ્રીસ્વામિનીજીના વિવાહનો ભાવ સૂચવે છે.

૧૦) સખીઓએ સારી રીતે સંવારી (ઓળીને) વેણીમાં ફૂલ ગૂંથ્યાં છે. તેનો ભાવ એવો સમજવો કે શ્રીસ્વામિનીજીની બધી સખીઓ વગેરે આ લીલાના દર્શન કરવા આવી છે. તે ઉપરથી એમ ભાવ સમજાય છે કે વ્રજમાં જે બધી સખીઓ છે, તે બધી સખીઓ, શ્રીસ્વામિનીજીના ભાવથી જ વ્રજમાં પ્રગટ થઇ છે.

૧૧) શ્રીસ્વામિનીજીના કેશ ઉપર વામ ભાગમાં જડીત્ર શીશફૂલ ધારણ કર્યા છે, તે શ્રીઠાકોરજીની આગળ બને (કરણ) કર્ણ ફૂલનો ભાવ છે. અથવા જયાં કેશરૂપ શ્રીઠાકોરજી તથા માંગમાં હિંગળોક રૂપ સ્વામિનીજી તથા ફૂલ રૂપ શ્રી ચંદ્રાવલી વિહાર કરતા હોય ત્યાં અલૌકિક ચંદ્રમા અને સૂર્ય હોય છે. સૂર્યરૂપ શીશફૂલ દિવસની લીલામાં સહાય કરી રસઉદ્દિપન કરી રહ્યાં છે. તેમજ ચંદ્રમાં રૂપ શીશફૂલ રાત્રી લીલામાં સહાય કરી રસ ઉદ્દિપન કરી રહ્યાં છે.

તેમજ સૂર્યરૂપ શીશફૂલમાં શ્રીયમુનાજીનો ભાવ છે. અને ચંદ્રમા રૂપ શીશ-ફૂલ કુમારિકાનો ભાવ છે. આ રીતે ચારે યૂથપતિના રસનો ભાવ છે.

૧૨) શ્રીસ્વામિનીજીની બંને ભ્રુકૂટિઓની વચમાં જડીત તિલક સુંદર શોભા આપે છે. તેની પાસે કસ્તુરીનું શ્યામ બિંદુ હોય છે. તથા સોનાની બિન્દી (ટીલડી) તેમજ મોતી શોભે છે તેનો ભાવ.

શ્રીસ્વામિનીજીના તિલકની પાસે જે કસ્તુરીનું બિન્દુ છે તેને ભમરારૂપ શ્રીઠાકોરજીનું સ્વરૂપ સમજવું. આમ ભમરા રૂપ શ્રીઠાકોરજી પોતે શ્રીસ્વામિનીજીના મુખકમલના રસનું પાન કરવા આવ્યા છે. શ્રીઠાકોરજી બધા રસના ભોકતા છે એમ વ્રજવાસી બધા સ્વામિનીજીઓ જાણે છે, એટલે નિત્યાસિદ્ધા વ્રજના શ્રીસ્વામિનીજી શ્રીઠાકોરજીને લોભાવવા માટે કસ્તુરીના બિંન્દુ ની નજીક સોનાની બિન્દી ધારણ કરે છે. અને તેની પાસે શ્રીચંદ્રાવલીજીના ભાવથી મોતીને ધારણ કરે છે. જડીત્ર બિન્દી શ્રીયમુનાજીના ભાવથી ચિત્ર-વિચિત્ર ધારણ કરે છે. કોઈવાર કુમારિકાના ભાવથી મોતીની બિન્દી ધારણ કરે છે. તેમજ શ્રીસ્વામિનીજી વાંકી બિન્દી ધારણ કરે છે. ત્રણે બિન્દીની વચમાં વેણા લટકે છે. તેનો ભાવ એવો છે કે શ્રીઠાકોરજી રસપાન કરીને દેહનુસંધાન ભૂલી ગયા તેથી મત બનીને લલાટ પર લટકી રહ્યા છે.

૧૩) બંને કાનમાં વાંકા ઝુમખા સહિત કોઈવાર કર્ણફૂલ કોઈવાર નકફૂલી વગેરે ધારણ કરે છે. તે વાંકી જડીત્રરૂપ શ્રીયમુનાજી રૂપ છે, કરણ ફૂલ શ્રીચંદ્રાવલીજીનું રૂપ અને નકફૂલી સોળહજાર કુમારિકારૂપ છે. અને તે કુમારિકાઓ અવસ્થામાં બધી શ્રીસ્વામિનીજીઓ કરતાં નાની છે. કાનમાં કરણ ફુલ છે તેના લીધે વ્યાપી વૈકુંઠની લીલા અને વ્રજની બંને લીલાનો અનુભવ શ્રીઠાકોરજી

અંગેઅંગમાં કરી રહ્યાં છે. એટલે રોમ રોમ હર્ષ થવાથી લોભાઈ રહ્યા છે, તેથી પરવશ એટલે શ્રીસ્વામિનીજીને આધીન થઈ રહ્યા છે.

૧૪) બંને નેત્ર કમલમાં લાલ ધોળા સુંદર ડોળા છે. તેમાં સુંદર અંજન કર્યું છે. તેમાં અનેક પ્રકારના ભાવ છે. નેત્રમાં શ્વેત ડોરા શ્રીચંદ્રાવલીજીનું રૂપ છે. અનેક રંગના ડોરા શ્રી કુમારિકાનું રૂપ છે. શ્યામ પુતળી શ્રીયમુનાજી રૂપ છે. અને નેત્રમાં અનન્ય રૂપ છે તે શ્રીઠાકોરજી સ્વરૂપ છે, તે શ્રીઠાકોરજી પોતે ચારે યુથપતિઓના રસનો અનુભવ કરે છે.

૧૫) સુંદર નાસિકામાં નકવેસરી તથા સુંદર નથ બિરાજમાન છે, આ નથ શ્રીઠાકોરજીના મનરૂપી પક્ષીને વશ કરીને બાંધવાની જાળ છે. જેનું મન જયાં બંધાય છે. ત્યાં તેના દેહ, પ્રાણ વગેરે બધું બંધાય છે. તેમ શ્રીસ્વામિનીજીની નથની શોભા જોતા શ્રીઠાકોરજીનું મન બંધાયું એટલે શ્રીઠાકોરજી તન, મન, ધન સહિત શ્રીસ્વામિનીજીના નથમાં બંધાઈ ગયા એટલે શ્રીસ્વામિનીજીને આધીન (પરવશ) થઈ ગયા એમ ભાવ સમજવો. નથમાં મોતી અને ચુની બંને છે. તેમાં મોતી શ્રીચંદ્રાવલીજીનું રૂપ અને ચુની છે તે કુમારિકાઓના મુખ્ય ભાવથી છે. મોતી અને ચુની એમ બંનેનાં ગોળાકર રૂપ સાક્ષાત શ્રીયમુનાજી ઝળહળી રહ્યયાં છે.

૧૬) ચિબુક (હડપચી) ઉપર શ્યામ બિંદુ અત્યંત શોભા આપે છે. તે શ્યામ બિંદુ છે તે ભમરાનું રૂપ લઈને શ્રીઠાકોરજી બિરાજે છે એમ ભાવે સમજવો. કારણ કે જયારે શ્રીસ્વામિનીજી દૂધ, દહી વગેરે રસનું પાન કરે છે, ત્યારે તે દહીં-દૂધનો રસ વહીને શ્રીસ્વામિનીજીના ચિબુક ઉપર

આવે છે તે રસ શ્રીસ્વામિનીજીનો પ્રસાદ અધરામૃત છે, તેનું પાન કરવાને માટે શ્રીઠાકોરજી ભમરારૂપે શ્રીસ્વામિનીજીના ચિબુક ઉપર બિરાજયા છે.

૧૭) હવે શ્રીસ્વામિનીજીના બે હાથના આભૂષણનો ભાવ જોઈએ. શ્રીસ્વામિનીજીએ જડીત્ર બાજુબંધ પહેર્યા છે. તેની નીચે ગોળ બડા (બાજુબંધ સરખા આભૂષણ) પહેર્યા છે. આમ જમણા હાથના બાજુ અને બડા અનેક રસના બંધનનો ભાવ પ્રગટ કરે છે. જયારે ડાબા હાથના બાજુ અને બડા રીતિ રસનો ભાવ જણાવે છે. તેના નીચે કંકણ, પહોંચી, પછેલી, ચૂડી ધારણ કર્યા છે. તેં ચુડી સૌભાગ્ય રૂપ છે. કંકણ શ્રીઠાકોરજીએ વિવાહખેલ કરી કુંજમાં પહેરાવ્યા છે. પહોંચી વ્રજની સર્વે સ્વામિનીજીઓએ મળીને પહેરાવી છે. કે જયારે શ્રીસ્વામિનીજીએ કૃપા કરીને શ્રીપુર્ણ પુરૂષોતમના અધરામૃત રસનો અનુભવ તેમને ચખાડયો હતો. અને પછેલી શ્રીચંદ્રાવલીજીએ પોતાનો મનોરથ કરીને ધરાવી છે. અને પોતાનો ભાવ જણાવ્યો કે તારા પછી મને રસની પ્રાપ્તિ છે, સૌભાગ્ય ચૂડી શ્રીયમુનાજીની લહરીરૂપ છે. અને કંકણ છે તે જાણે કે શ્રીઠાકોરજીને શ્રીસ્વામિનીજીએ પોતાના શ્રીહસ્તમાં રાખ્યા છે એવો ભાવ સમજવો।

૧૮) હાથ સાંકળા - દશ આંગળીમાં દશ વીટીંઓ બિરાજે છે. તે દશ આંગળીઓની વચમાં હાથ સાંકળી છે. તેથી સ્વામિનીજીએ પોતાના હાથથી શ્રીઠાકોરજીના હાથને પકડીને બાંધી લીધા છે. એમ સૂચવે છે. દસ વીટીંઓ છે તેનાથી અલૌક્કિ રસનો ભાવ દેખાય છે. તે અલૌકિક રસને દસમો રસ માનીને શ્રીસ્વામિનીજી પોતે દશમા રસનો અનુભવ કરાવે છે. અને જણાવે છે,

કે તમારી પાસે નવ રસ છે, તે નવરસ મારી પાસે નથી, પણ દસમો રસ અમારા સિવાય કોઈની પાસે નથી તે તમારે લેવો છે કે? ત્યારે શ્રીઠાકોરજી દશમો રસ લેવા માટે લોભાઈને શ્રીસ્વામિનીજી પાસે લેવા જાય છે, તેવા શ્રીસ્વામિનીજીના વશ થઈ જાય છે. અને દશમા રસનો અનુભવ કરતાં પણ પાર પામતા નથી. દશમા રસમાંથી નિત્ય નવારસનું ક્ષણે ક્ષણે પાન કરે છે તેથી દશ વીટીંઓ દશ રસરૂપ છે એ ભાવ સમજવો.

૧૯) કંઠમાં ત્રણ મણકાની આંટી પાટની શોભે છે. કાળી આંટી રૂપ શ્રીઠાકોરજી અને સોનાના મણકારૂપ શ્રીસ્વામિનીજી એમ બંને યુગલસ્વરૂપ એક જ ઠેકાણે છે. ત્રણ મણકા છે તે ત્રણ પ્રકારના ભકત અહીંયાથી પ્રગટ થાય છે. સાત્વિક, રાજસી અને તામસી. આ ત્રણ પ્રકારના ભકતો ને શ્રીસ્વામિનીજી સાથે સંબંધ થાય છે ત્યારે શ્રીઠાકોરજી પોતે કાળી આંટી રૂપ થઈને તે ભકતોને પોતાના રસનું રસપાન કરાવે છે. અથવા વચ્ચેનો મણકો શ્રીચંદ્રાવલીજી રૂપ અને ડાબા ભાગનો મણકો સોળહજાર કુમારીકાનું રૂપ છે. અને શ્રીઠાકોરજી કાળી આંટી થઈને મણકાના બ્હાને હૃદયમાં પોઢયા છે. એમ ભાવ સમજવો.

૨૦) ઉર સ્થલ ઉપર શ્યામ કંચુકી કસીને બાંધી છે તે કંચુકીના બંધ તે શ્રીઠાકોરજીના કસોરૂપ બે હાથને શ્રીસ્વામિનીજીની પીઠ ઉપર બાંધ્યા છે. તેથી શ્રીઠાકોરજી જાણે પોતાના હાથથી હાથ બાંધીને (બંને હાથ ભીડીને) ગાઢ આલિંગન કરી રહ્યા છે અથવા કંચુકીની પેઠે શ્રીસ્વામિનીજીના હૃ દય ઉપર બિરાજે છે.

૨૧) ગળાના શણગાર તે કંચુકીના ઉપર ચોકી બિરાજમાન છે, તે ચોકી નિકુંજની શૈયારૂપ છે. તે ચોકીના ઉપર શ્રીઠાકોરજી છે. આમ ચોકી અને શ્રીઠાકોરજી એમ બંનેને નિકુંજની લીલાના ભાવથી શ્રી સ્વામિનીજીએ ધારણ કર્યા છે.

ચોકીની નીચે જડીત્ર ધુગધુગી છે. તે ધુગધુગીમાં શ્યામ પાટની દોરી છે, તેથી ધુગધુગીના બ્હાને શ્રીઠાકોરજીને શ્રીસ્વામિનીજીએ પોતાના હદયમાં રાખ્યા છે. એમ ભાવ છે. કંઠમાં શ્યામ પાટ છે તેનો ભાવ એવો છે કે શ્રીસ્વામિનીજીએ શ્રીઠાકોરજીને તેમના બે હાથ ને પોતાના ગળામાં વીંટીને પોતાના હૃદય ઉપર રાખ્યા છે. સોનાની ચંપકલી, તિલરી, દુલરી વગેરે ઘરેણાં શ્રીસ્વામિનીજી ના કંઠમાં બિરાજે છે. જયારે શ્રીસ્વામિનીજીએ પોતાની શ્યામકંચુકી રૂપ શ્રીઠાકોરજીનું પૂજન કર્યું. ત્યારે ચંપકલી દીપમાલા (દિવાની માલા - સેર) સમાન થઈ હતી, અને મોતીની માળા સૂર સૂરી (ગંગા-યમુના) સમાન થઈ હતી અને દુલરી અંચલ ઉપર ઓઢેલા વસ્ત્ર સમાન થઈને શ્રીઠાકોરજીને કટીમાં (કહેડમાં) લપટાઈ રહી છે એવો ભાવ સમજવો અને તે શ્રીઠાકોરજીને રંજન (રાજી) કરે છે.

૨૨) શ્રીસ્વામિનીજીએ લહંગા (ચણીયો) પહેર્યો છે તે શ્રી ઠાકોરજીનો ઘહેર છે.

શ્યામ સાડી - શ્રીઠાકોરજીના શ્રીઅંગનું નીલામ્બર છે.

કેશરી સાડી-શ્રીઠાકોરજીના શ્રીઅંગનું પિતાંમ્બર છે.

લાલ સાડી - શ્રી ઠાકોરજીનો સ્નેહ છે.

હરિત સાડી - શ્રીઠાકોરજીની રહસ્ય લીલા સૂચવે છે.

આ પ્રમાણે બંને સ્વરૂપનો વિચાર કરી પહેરેલાં સાડી તથા વસ્ત્રોમાં ભાવ માનવો.

૨૩) ચરણના શીંગાર ચરણમાં નૂપુર, ઘુંઘરુ, પગપાન, અનવટવિછિયાં વગેરે શ્રીસ્વામિનીજી ધારણ કરે છે. તેમાં.

ઘૂઘરુંને - શ્રીઠાકોરજીના હાથમાં રહેલા ટીકડીદાર બાજુનો ભાવ સમજવો.

પગપાન - શિતકાલમાં શૃંગારમાં શ્રી ઠાકોરજી શ્રીમસ્તક ઉપર ધારણ કરે છે.

અનવટ - શ્રીઠાકોરજીના હસ્તનો અંગૂઠો સમજવો અનવટ ઉપર ફુલ છે. તેને શ્રીઠાકોરજીના શ્રીહસ્તના અંગૂઠાનો નખ સમજવો

છલીયાને - શ્રીઠાકોરજીની ટોપીનો ભાવ સમજવો અને શ્રીસ્વામિનીજીના ચરણતલ અત્યત લાલ છે. તેને શ્રીઠાકોરજીના અધરબિંબનો ભાવ સમજવો.

આ પ્રકારે ભાવ સહિત નખથી શીખા સુધી શ્રીસ્વામિનીજીના શૃંગારની ભાવના કરવી.

શ્રીઠાકોરજીને શૃંગાર ધરવીએ ત્યારે યુગલસ્વરૂપના શૃંગારની આ પ્રમાણે ભાવના કરીને શૃંગાર કરવા (ધરવા). ખડું સ્વરૂપ હોય તો વેણુવેત્ર ધરીયે.

શ્રીસ્વામિનીજીના શૃંગારની ભાવના સંપૂર્ણ

વેણુ વેત્ર ધરવાની ભવાના

શૃંગાર પછી ખડું સ્વરૂપ હોય તો વેણવેત્ર ધરીયે ભાવના આગળ ૧૯ નંબરમાં આપી દીધી છે.

દર્પણ દેખાડવાની ભાવના

દર્પણ શ્રીસ્વામિનીજીના શ્રીઅંગનું પ્રતિબિંબ સ્વરૂપ છે, તેથી શ્રીઠાકોરજીની આગળ દર્પણ ધરીયે ત્યારે દર્પણરૂપ શ્રીસ્વામિનીજીના અંગમાં પોતાનું અંગ જોઈને શ્રીઠાકોરજી ખૂબ પ્રસન્ન થાય છે. તેમ શ્રીસ્વામિનીજી પણ દર્પણરૂપ પોતાના શ્રીઅંગમાં શ્રીઠાકોરજીનું અને પોતાનું એમ બે સ્વરૂપ જાઈને બહુ જ પ્રસન્ન થાય છે. અને તે સમયે અત્યંત હર્ષથી બંને અનેક લીલાઓનું સ્મરણ કરે છે.

બીજું શ્રીમસ્તકના શૃંગાર દર્પણ વગર જાતે જોઈ શકાય નહીં. બાકીના બધા શૃંગાર તો પોતે જોઈ શકે. આમ દર્પણમાં બંને સ્વરૂપના શ્રીમસ્તકના શૃંગાર જોઈને તેઓ બહુજ પ્રસન્ન થાય છે.

શૃંગાર વર્ણન બંને સ્વરૂપના કર્યાં તેમાં શ્રીઠાકોરજીના શૃંગારમાં શ્રીસ્વામિનીજીના શૃંગાર આવી જ જાય છે. કારણ શ્રીઠાકોરજી કદી એકલા બિરાજતા જ નથી. હંમેશા યુગલસ્વરૂપે જ બિરાજે છે. એટલે શ્રીજીબાવાનું સ્વરૂપ બિરાજતું હોય તો પણ શૃંગાર તો બંનેના ભાવથી જ કરવા કારણ ત્યાં શ્રીસ્વામિનીજી અપ્રગટ બિરાજે જ છે. તેવી રીતે શ્રીસ્વામિનીજીના શૃંગારમાં

શ્રીઠાકોરજી બિરાજ્યા છે એમ ભાવના કરવી. તેથી દર્પણમાં શ્રીઠાકોરજી તથા શ્રીસ્વામિનીજી પોતાના શૃંગાર જોઈને પ્રસન્ન થાય છે.અને અનેક ભાવ પ્રગટ કરે છે.

દર્પણ દેખાડયા પછી શ્રીઠાકોરજી તથા શ્રીસ્વામિનીજીને ચરણસ્પર્શ કરવા.

ચરણ સ્પર્શ કરવાની ભાવના

શ્રીઠાકોરજીના ચરણારવિંદ ભકિતનું સ્વરૂપ છે. તેથી શ્રીઠાકોરજીના ચરણારવિંદને સ્પર્શ કરવાથી સાક્ષાત ભકિત પોતે જ હૃદયમાં આવે છે. પ્રતિદિન ભકિતભાવ વધે છે. અને મન આનંદમાં રહે છે.

કટોરી ભોગ ધરવાની ભાવના

શૃંગાર ભોગમાં ભોગની પાસે બે કટોરી ધરવી. એક કટોરીમાં મીઠાઇ (કેવલ ખાંડની બનેલી વસ્તુનું નામ મીઠાઇ) ધરવી અને બીજી કટોરીમાં માખણ અને સાકરના લાડુ ધરવા. ગુલાબ, સિકરી, ગિંદોડા વગેરે શ્રીસ્વામિનીજીના અધરામૃતનો ભાવ છે.

મેવાની કટોરીમાં **બદામ** - શ્રીસ્વામિનીજીના દાંત જાણવા, **કિસમિસ** - શ્રીયમુનાજીનો સુધારસ છે, **છુહારા (ખારેક)** - શ્રીકુમારીકાનો ભાવ છે. **ગિરિ (કોપરાના કટકા)** - શ્રીચંદ્રાવલીજીનું રહસ્ય છે, **પિસ્તા** - શ્રીવિશાખાનું સ્વરૂપ અને **મિશ્રી** - શ્રીસ્વામિનીજીનું અધરામૃત છે. એવો ભાવ જાણવો.

શૃંગાર ભોગ ધરવાની ભાવના

શ્રીસ્વામિનીજીના રસના ભાવનો અનુભવ કરીને શૃંગારભોગ ધરાવે છે. વળી શ્રીઠાકોરજી બાળક છે અને આ શૃંગારભોગ તે વ્રજવાસી સર્વે શ્રીસ્વામિનીજીનો મનોરથ છે.

અનસખડીમાં -

નરમપૂરી - શ્રીસ્વામિનીજીના મનોરથની
ચૂનની (લોટની) ખરખરી - શ્રીકુમારીકાઓના મનોરથની.
બેસનની થપડી - શ્રીયમુનાજીના મનોરથની
સુંગધ મિશ્રિત ઉકાળેલું દૂધ
તથા ખીર એક કટોરી - શ્રીસ્વામિનીજીના મનોરથની
એક કટોરી દહીં - શ્રીચંદ્રાવલીજીના મનોરથનું
એક કટોરી સંધાનો (અથાણું) - શ્રીકુમારીકાના મનોરથનું
તથા એક કટોરી **ખાંડ** ધરવી.

બહુશીતકાલમાં (શિયાળામાં) અને સખડીમાં એક અથવા બે **શાક** ધરવા - તે વ્રજવાસી શ્રીસ્વામિનીજીનો પ્રેમ છે.

કટોરી - શ્રીસ્વામિનીજીનો હાથ છે.
ચમચો - શ્રીકુમારીકાનો હાથ છે.

આગળ મંગળભોગમાં બતાવ્યા પ્રમાણે સોનાનું પાત્ર - શ્રીસ્વામિનીજીના ભાવનું, ચાંદીનું પાત્ર -શ્રીચંદ્રાવલીજીના ભાવનું, કાંસાનું - સર્વેસખીજનોના ભાવનું, પિતળનું પાત્ર - કુમારિકાઓના ભાવનું, રાંગ-દુતિજનોના ભાવનું, અને પત્તા (પતરાળા) - પુષ્ટિમાર્ગિય ભગવદીય વનસ્પતિ છે.

માલાબડી કરવાની (ઉતારવાની) ભાવના

શૃંગાર ભોગમાં માલા બડી કરવી કારણ કે માલામાં વ્રજવાસી (વ્રજ સંબંધી) સર્વે વ્રજભકતોનો ભાવ છે. માલાબડી (ઉતારવી) કરવાનું કારણ એ છે કે શ્રી ઠાકોરજીના શૃંગારભોગને ગોપીવલ્લભ ભોગ કહે છે અને વળી શ્રીસ્વામિનીજીના મનોરથની સામગ્રીનું નામ પણ ગોપી વલ્લભ છે. માટે માલારૂપ અનેક વ્રજભકતોની આગળ શ્રીઠાકોરજી પોતે શ્રીસ્વામિનીજીના રસના અનુભવમાં લજ્જિત થાય છે. (શરમ આવે છે.)

ગોદોહન અને ગ્વાલભોગ

ગ્વાલભોગ વૈષ્ણવોને ત્યાં ના આવે કારણ કે વૈષ્ણવોનો અધિકાર નથી. કારણ કે વૈષ્ણવોની મનની શુધ્ધિ વિના ગ્વાલભોગની ભાવના વૈષ્ણવોને સિધ્ધ થઇ શકતી નથી. મન શુધ્ધ જયારે થાય ત્યારે બધી લીલાનો અનુભવ થાય છે. અને બધી વસ્તુની યોગ્તા થાય છે.

પલના અને પલનાના ભોગની ભાવના

૧) (માતૃચરણ) યશોદાજીના ભાવથી શ્રીઠાકોરજી પલનામાં ઝૂલે છે.
૨) શ્રીયશોદાજીના ઘેર રહેલી શ્રીકુમારિકાઓ શ્રીઠાકોરજી પોતાના પતિ છે, એવા ભાવથી પલનાના બ્હાને હીંડોળા ખાટ બિછાવીને તેના ઉપર શ્રીઠાકોરજીને પધરાવીને વિહાર કરાવે છે એમ ભાવ સમજવો.
૩) શ્રીસ્વામિનીજી યશોદાજી સાથે અનેક લીલા કરે છે. આ પ્રમાણે કરવાથી વ્રજની સર્વ શ્રીસ્વામિનીજીઓના વિરહ તાપ દૂર થાય છે.

શ્રીગૂંસાઈજીએ પલનાના કીર્તનમાં કહ્યું છે કે પલનામાં માનલીલામાં માન મોચન કરે રે (માનિનીનું માન કરે છે.) પલનામાં ત્રણ સફેદી અને તેના ઉપર ચાદર બિછાવવી. (સફેદી એટલે મલમલની ધોળી ચાદર).

નીચેની સફેદી - શ્રીયમુનાજીનો ભાવ
તેના ઉપર (**વચલી સફેદી**) - ચંદ્રાવલીનો ભાવ
તેના ઉપર(**ત્રીજી સફેદી**) - શ્રીકુમારિકાનો ભાવ
તેના ઉપર **ચાદર** - શ્રીસ્વામિનીજીના હ્રદયનો ભાવ છે.

પલનાના ભોગની સામગ્રી એક વસ્ત્રથી ઢાંકી ને ગાદી આગળ ધરવી તેમાં.

બેસનની થપડી (કોઈવાર સિંધાલૂણ કે મીઠું લગાવવું) - શ્રીસ્વામિનીજીના કપોલનો ભાવ છે.

બેસનની સેવ - શ્રીસ્વામિનીજીના અધર (નીચલા હોઠ) નો ભાવ છે.

માખણ - શ્રીસ્વામિનીજીના અધરામૃતનો ભાવ છે.

મેવામાં - ચારે યૂથપતિનો (શ્રીસ્વામિનીજીનો) ભાવ છે. સામે ખિલોના ધરવા.

ખિલૌનાની ભાવના

ખિલૌનામાં -

કોયલ - શ્રીસ્વામિનીજીનું ગાન છે.
ફરકડીયો - શ્રીચંદ્રાવલીજીનું નૃત્ય છે.
પપૈયા - શ્રીકુમારિકાનો ભાવ છે.
ચટકાના - બેજાતના છે. ૧) ફૂંદડીરૂપ ભકત ઝૂમે છે. ૨) ચકઈરૂપ ભકત છે.
મોટીગેંદ - શ્રીચંદ્રાવલીજીના કૂચ (સ્તન) છે.
મઝોલી ગેંદ - શ્રી સ્વામિનીજીના કુચ (સ્તન) છે.
હથવંગી - લાલ છે તે સાત્વિકી ભકત છે.
ઝૂનઝૂના દૂહેરો - ભકતોના હાથના આભૂષણ છે.
નાનો ઝૂનઝૂનો - ઈકહારો છે, તે વ્રજભકતોના હાથની ચૂટકી છે. તે આભૂષણ થઈને વાગે છે.

રમકડાંની બે તબકડી છે તેમાં એકમાં હાથી, ઘોડા, વાઘ, સિંહ, હરણ વગેરે ભયાનક રૂપ પુષ્ટી ભકત સાથે શ્રીઠાકોરજી લીલા કરે છે તેનો મર્યાદા ભકત નંદજી વગેરે અનેક ગોવાળો વિરોધ કરે છે.

કારણ તેમને તે ભાવ ભયાનકરૂપ છે. જયારે લીલાના સંબંધી હાથી, સિંહ વગેરે પશુ, પુષ્ટિ ભકતોને ભાવાત્મક સુખરૂપ છે.

બીજી તબકડીમાં - શૂક, મેના, પોપટ, કબુતર, કોયલ, બતક, કુંરી વગેરે શ્રીસ્વામિનીજીના નિકુંજ સંબંધી પક્ષીઓ છે. તે પક્ષીઓ સુંદર મધુર વચન બોલે છે ત્યારે વિહારની ઉત્કંઠા થાય છે.

વળી એક તબકડીમાં પાણીના જીવ મગર, માછલી, કાચબા, ચકઈ, ચકવા, બગલા, સારસ, હંસ વગેરે મૂકવા એમને જોઈને જળવિહાર લીલાનો રસ ઉત્પન્ન થાય છે.

આમ કુંજમાં સંકેત સૂચવનાર પક્ષીનાં રમકડાં બંને સ્વરૂપના હોય છે અને ઉપર પ્રમાણે રીતિથી ખિલોના ધરવાં તે ભાત-ભાતના જળસ્થળ સંબંધી લીલાના છે. પલનામાં ખિલૌના ધરિયે તે સમયે પલનાના કિર્તન ગાવાં, તે માતૃચરણની બાળલીલાના ભાવથી ગવાય છે. વળી ગુપ્તભાવથી શ્રુતિરૂપા અને કુમારિકા રસરૂપ લીલાનું ગાન કરે છે. એમ પણ ભાવ સમજવો.

રાજભોગ વખતે સિંહાસન તથા સાંગમાંચીની ભાવના

ભોગમંદિરમાં સાંગમાંચી ઉપર શ્રીઠાકોરજીને પધારવવા. એમાં રિતિ - વિપરિતિ એમ બે ભાવ વિચારવા.

૧) **રિતિ:** સિંહાસનની આગળ શ્રીઠાકોરજીને ભોગ આરોગાવે ત્યાં શ્રીઠાકોરજીના ભકતો આવે છે અને આવીને ભગવત રસનો અનુભવ કરે છે.

૨) **વિપરિતિ:** ભોગ મંદિરમાં શ્રીઠાકોરજી રાજભોગ આરોગે છે. ત્યારે ત્યાં ભકતાધીન લીલા છે. તેથી શ્રીઠાકોરજી પોતે ભકતોના રસનો અનુભવ કરે છે. આ પ્રમાણે વિપરીત રમણનો ભાવ વિચારવો. રાજભોગની સામગ્રી યથાશકિત ઋતુ અનુસાર યોગ્ય ધરવી.

ધૂપ તથા દિપકની ભાવના

રાજભોગમાં પ્રથમ ધૂપ તથા દિપક કરવો. શ્રીઠાકોરજી જયારે સામગ્રી આરોગે ત્યારે કોઈ ઠેકાણેથી દુર્ગંધ આવે નહી, પણ સુંગધી આવે એટલે શ્રીઠાકોરજીનું મન રમણ વગેરે લીલામાં આતુર થાય છે એમ ધૂપનો ભાવ સમજવો. વળી શ્રીઠાકોરજીની સામગ્રી ઉપર કોઈની દ્રષ્ટિ પડે તો તે દ્રષ્ટિ દોષની નિવૃતિ દીવો કરવાથી થાય છે એમ ભાવ સમજવો. વળી સોળહજાર કુમારિકાઓના હૃદયમાં વિરહ છે તેથી કુમારિકાઓ તેમનો ભાવ શ્રીઠાકોરજીના ઉપર ન્યોચ્છાવર કરી પોતાના મનોરથને સિધ્ધ કરે છે. આ પ્રમાણે શ્રીઠાકોરજી આગળ દીવો મૂકવાનો ભાવ છે. પછી તુલસીજી ધરવાં.

તુલસી સમર્પણ કરવાની ભાવના

સર્વ સામગ્રીના દોષની નિવૃતિ માટે શ્રીઠાકોરજીને ભોગ સામગ્રી ધરતાં ભોગ - સામગ્રીમાં તુલસી પધરાવીએ છીએ કારણકે તુલસી પતિવ્રતા છે. અને તે તુલસી સામગ્રીમાં પધારતા કોઈપણ રીતે થયેલા દોષનું સામગ્રીમાંથી નિવારણ થઈ જાય છે. અને પછી કોઈપણ દોષનો સંબંધ થવા દેતા નથી. આ ભાવ સમજવો.

બીજું તુલસી, શ્રીસ્વામિનીજીના શ્રીઅંગની ગંધ છે, તે શ્રીઠાકોરજીને બહુ પ્રિય છે. માટે સામગ્રીમાં તુલસી અવશ્ય પધરાવવા જેથી તે સામગ્રી શ્રીઠાકોરજીને આરોગવા યોગ્ય થાય છે. પંચાક્ષર મંત્ર ભણીને ભોગ સામગ્રી માં તુલસી પધરાવવાં. આમ તુલસી વિના શ્રીઠાકોરજી આરોગતા નથી. આ ભાવ સમજવો.

શંખોદકની ભાવના

૧) શંખનું જળ આધિદૈવિક રૂપ છે. અને તે જળ સામગ્રી ઉપર છાંટીએ એટલે સામગ્રી અમૃત રસમય થાય છે.
૨) શંખ, સરખી શ્રીસ્વામિનીજીના કંઠની ત્રણ રેખા છે. અને શંખમાં પાણી છે તે શ્રીસ્વામિનીજીનું અધરામૃત છે એ ભાવ માનવો. આમ શંખના પાણીનો સંબંધ સામગ્રીને થાય છે ત્યારે તે સામગ્રી શ્રીઠાકોરજી અત્યંત પ્રીતિ પૂર્વક આરોગે છે. આ ભાવથી ધૂપ, દીપ, અને શંખોદક કરવા.

ધૂપ - શ્રીસ્વામિનીજી અને દીપ-શ્રુતિરૂપા શ્રીચંદ્રાવલીજી હૃદયનો વિરહ ન્યોછાવર કરે છે. તુલસી સૌળ હજાર કુમારિકા છે.(નો ભાવ છે.) અને શ્રીઠાકોરજીમાં તુલસીનો પતિ ભાવ છે. તેથી પ્રબોધિની (કારતક સુદ એકાદશી) ના દિવસે તુલસી વિવાહના બહાને કુમારિકાઓનો વિવાહ સખીજનોએ કર્યો છે. વળી શંખોદક છે. તે શ્રીયમુનાજી તથા ચાર યુથપતિનો ભાવ સમજવો.

રાજભોગ વખતે સિંહાસનની ભાવના

શ્રી ઠાકોરજીના સિંહાસન ઉપર બે તકિયા ધરિએ તે ભક્તજનના બે હાથરૂપ છે. અથવા ડાબીબાજુનો તકિયો શ્રીસ્વામિનીજીના ભાવનો અને વળી જમણા ભાગના તકિયા ઉપર જે શુધ્ધ ચીપીને મૂકેલું મુખવસ્ત્ર ધરાય છે તે શ્રીસ્વામિનીજીનો આંચલ (પાલવ) છે. તે અંચલને શ્રીચંદ્રાવલીજી પોતાના શ્રીહસ્તમાં લઈને ઉભા છે. એવો ભાવ વિચારવો (બાકીની ભાવના તો આગળ આપી છે.)

ખંડપાટ (નિસરણી)ની ભાવના

ખંડના ભાવમાં ત્રણ સીડી છે. તે શ્રીસ્વામિનીજીઓનો ભાવ છે. પ્રથમ સીડી તે ગોપભાર્યા શ્રીચંદ્રાવલીજી લાજ કાઢીને પાછળ ઉભા છે. વચલી સીડી તે કુમારિકાનો ભાવ છે. પછી શ્રીઠાકોરજીની નજીકની સીડી છે તે શ્રીયમુનાજીનો ભાવ છે. એમ સમજવું.

ત્રણ ખંડ ઉપર રૂની ગાદી બિછાવીએ છીએ તે ગાદી ત્રણ ભક્તોના હૃદય રૂપ છે. અને તે શ્રીસ્વામિનીજીના હદયનો પણ ભાવ છે. ખંડ ઉંપર ખિલૌનાની ચાર તબકડીઓ ધરવી. બે ડાબી બાજુ (શ્રીસ્વામિનીજીના ભાવની માનવી) અને બે જમણી બાજુ ધરવી. વેત્રરૂપ શ્રીચંદ્રાવલીજી જમણા ભાગમાં માનવાં. પછી ખંડની આગળ પાટ બિછાવવી તેના ઉપર ગાદી તે શ્રીસ્વામિનીજી તથા લલિતાજી વગેરેના હૃદય રૂપ છે. તેના ઉપર બીજી બે ગાદી, તેમાં ડાબી બાજુ શ્રીસ્વામિનીજીને બિરાજવા માટે અને જમણી બાજુની ગાદી શ્રીયમુનાજીને બિરાજવા માટે છે. ગાદી તે શ્રીસ્વામિનીજીના હદયનો ભાવ છે. તે ગાદી ઉપર શ્રીઠાકોરજી બિરાજયા છે તેમાં શ્રીસ્વામિનીજીના હદય કમળનો ભાવ છે, એટલે કે શ્રીઠાકોરજી શ્રી સ્વામિનીજીના હૃદયમાં બિરાજીને લીલા કરે છે એ ભાવ જાણવો.

ચોપાટની ભાવના

૧) હાથીદાંતની ચોપાટ હોય તો તે શ્રીયમુનાજીનો ભાવ છે.
૨) કાષ્ટની છે. તે અગ્નિકુમારિકાનો ભાવ છે.
૩) ચોપાટમાં ચાર ઘર છે તે જુદા જુદા નિકુંજ છે. તેમાં ચાર યૂથપતિનો ભાવ સમજવો. એક એક ઘરમાં ૨૪ કોઠા છે તે ભકતના ૧૨ અંગ તથા શ્રીઠાકોરજીના ૧૨ અંગ સમજવા તથા ૨૪ મંદિર-નિકુંજ રૂપ સુંદર ઘર છે. આ પ્રમાણે ૯૬ કોઠા છે. તેમાં ૮૪ આસન કામશાસ્ત્રમાં કહ્યા પ્રમાણે ના છે. અને ૧૨ મહિના એમ કરીને નિત્યલીલાની સૂચનાકરે છે.
૪) વચલું ઘર છે તે નંદાલય છે, ત્યાં શ્રીઠાકોરજીની સાથે શ્રીનંદરાયજી તથા શ્રીયશોદાજી બિરાજે છે. વચલું મોટું ઘર છે તે બીજા ચાર ભકતોના નિકુંજ વગેરે ભાવથી ચોરાસી કોસ અને ૮૪ કોઠા છે. તેમાં વ્રજની બાર વરસ સુધીની લીલાનો વિચાર કરવો. બાર વરસની અંદરના સ્વરૂપની ભાવનામાં બાલભાવ, પૌગંડ અને કિશોર અવસ્થા એમ બધા ભાવ આવી જાય છે. જે દિવસે ગોવર્ધન ઉઠાવ્યો તે દિવસથી કિશોર શ્રીનાથજીને ત્યાં નિકુંજલીલા છે.

૫) પાસા ત્રણ છે તે રાજસી, સાત્વિકી અને તામસી ભાવ છે. દરેક પાસામાં ચૌદ ચૌદ આંક છે તે સંપૂર્ણ ચૌદ વિદ્યા છે. ત્રણેવ પાસામાં શ્રીયમુનાજી છે. બે પાસાની અંદર યુગલ સ્વરૂપ છે. અને ત્રીજા પાસામાં વ્રજવાસી સર્વે સ્વામિનીજી આવેલાં છે. એમ ત્રણ પાસામાં થઈને બેતાલીસ અંક છે.

૬) ગોટી (સોગઠા) સોળ છે. તેમાં એક એક ઘરમાં ચાર ચાર છે. ચાર ચાર એટલે રાજસી, તામસી, સાત્વિકી રસ ઉદીપન માટે છે. અને ચોથો છે તે કુંજ છે. ચારેવ યૂથપતિના અલૌકિક રસ, રૂપ, ગુણ વગેરે જુદા જુદા સમજવા અને સોગઠાના રંગ પ્રમાણે વસ્ત્રના ભાવ વિચારવા. પીળું વસ્ત્ર (પીળાં સોગટા) શ્રીસ્વામિનીજીનો ભાવ, શ્યામ વસ્ત્ર શ્રીયમુનાજીનો ભાવ, લાલ વસ્ત્ર શ્રીચંદ્રાવલીજીનો ભાવ અને લીલું વસ્ત્ર તે અગ્નિકુમારીકાનઓના ભાવ સમજવો. આમ ચારેવ યૂથપતિના રસ, રૂપ, ગુણ, વસ્ત્ર વગેરે અલૌકિક જુદા જુદા સમજવાં.

શ્રીઠાકોરજી સોળકળા અને ભકત દસ પ્રકારના એ ભાવથી ચોપાટ ખેલે છે ત્યારે શ્રીઠાકોરજી હારે ત્યારે ભકત વિપરિત રમણ કરે છે. અને ભકત હારે ત્યારે શ્રીઠાકોરજી રીતિનું રમણ કરે છે.

આ પ્રમાણે ચોપાટનો ભાવ બહુ જ ગુપ્ત રાખવા લાયક છે. તેથી ઉત્સવમાં અભ્યંગ હોય તે દિવસે ચોપાટ અવશ્ય બિછાવવી.

વાઘ બકરીની ભાવના

કોઈ વખત - શ્રીઠાકોરજીને ભકતો પોતાના વશ કરે છે. ત્યારે શ્રીઠાકોરજી બકરી સમાન ભકતોની આજ્ઞા અનુસાર વર્તે છે તે ભકતો વિપરિત રમણ કરે છે. અને કોઈવાર શ્રીઠાકોરજી વાઘની સમાન રીતિ, વિપરીતિ એમ બંને પ્રકારે રમણ કરી ભકતોને પોતાને વશ કરે છે. ત્યારે ભકત બકરી સમાન વર્તે છે. અને જે પ્રમાણે શ્રીઠાકોરજી કહે છે તે પ્રમાણે ભકતો કરે છે. આવો ભાવ વાઘ-બકરી ધરવાનો છે.

શતરંજની ભાવના

શ્રુતિરૂપા શ્રીચંદ્રાવલીજીના ભાવથી રાજસી ભકતોના મનોરથ માટે શતરંજ છે. તેમાં હાથી-૪, ઘોડા-૪, ઊંટ-૪, વજીર-૨, બાદશાહ-૨, પ્યાદા-૧૬, એ પ્રમાણે બધાં થઈને બત્રીસ છે. તેમાંથી અડધા એટલે ૧૬ ભકતનાં અને બાકીના સોળ શ્રીઠાકોરજીના એમ બંનેના સોળ સોળ શૃંગાર હોય છે. આ શ્રૃંગાર રાજસી ભકતોને બહુ પ્રિય છે. તેથી ભકતો પોતે સારો પહેરે છે. અને શ્રીઠાકોરજીને પણ સારો (આછયૌ) પહેરાવે છે. આ શતરંજનો ખેલ રાજાઓનો છે.

૪-**હાથી** - સાત્વિક, રાજસી, તામસી અને નિર્ગુણ આ ચાર પ્રકારના ભકતો અથવા ચાર યુથપતિના ભાવથી છે.

૪-**ઘોડા** - ભકિતરૂપ ઘોડા પવન વેગથી શ્રીઠાકોરજીને લઈ જઈને જયાં કોઈ ગુરૂજન ગોપ (વડીલ) હોય નહિ ત્યાં નિકુંજમાં પહોંચાડે છે.

૪-**ઊંટ** - ઊંટ જો કોપ કરે તો પકડેલાને કદીપણ છોડે નહી, એવી પકડવાની રીત ઊંટની હોય છે. એવી રીતે શ્રી ઠાકોરજીના ચાર અંગ ચાર - યુથપતિ શ્રીસ્વામિનીજીએ પકડી રાખ્યા છે.

ઊંટ બહું જ ભાર ઉપાડે છે. તેથી ઊંટ (શ્રુતિરૂપા) ગોવાળની સ્ત્રીઓ છે. તે ગોવાળની સ્ત્રીઓ ગૃહસ્થાશ્રમમાં ઘણા પ્રતિબંધવાળી હોય છે, તો પણ તન, મન, ધન, સઘળું શ્રીઠાકોરજીમાં તેમણે લગાવ્યું છે. આ સર્વોપરી ધર્મ સૌથી ભારેમાં ભારે શ્રૂતિરૂપાએ લીધો છે.

વળી ઊંટ બહુ ચાલે છે તેથી તે ઊંટ શ્રુતિરૂપા સ્વરૂપે પ્રભુના સંબંધ માટે છે. વળી શ્રીઠાકોરજીના વેણુનાદને સાંભળીને દહીં વેચવાને બહાને એક ઉપાય કરીને શ્રીઠાકોરજીને આવીને મળે છે. તેથી પંચાધ્યીમાં કહ્યું છે કે શ્રીઠાકોરજીએ કરેલા વેણુનાદને સાંભળીને શ્રુતિરૂપા ગોવાળની સ્ત્રીઓ પોતાના સ્વામી, પુત્ર, પિતા, ભાઈ, વગેરેને તેમજ ઘરના કામકાજ વગેરેને છોડીને દોડતાં દોડતાં શ્રીઠાકોરજીની પાસે આવ્યાં. તેથી ઊંટ છે તે શ્રુતિરૂપા ગોવાળની સ્ત્રીઓ છે અથવા શ્રુતિરૂપા ગોવાળની સ્ત્રીઓ ઊંટ છે એવો ભાવ છે.

બાદશાહ બે છે - તેમાં શ્રીઠાકોરજી અને શ્રીસ્વામિનીજી એમ બંને એટલે કે યુગલ સ્વરૂપ છે તે બાદશાહ છે.

વજીર બે છે - શ્રીચંદ્રાવલીજી અને શ્રીઅગ્નિકુમારિકાજી તે બંને વજીર છે. શ્રીચંદ્રાવલીજી શ્રીસ્વામિનીજીનાં દાસ્ય (દાસી) ભાવ કહેવાય છે. તેથી શ્રીચંદ્રાવલીજી વજીર છે.

આમ તો બાદશાહ વતી બધું રાજય વજીર કરે છે. તેથી એ બેમાં કાંઈ ફેર નથી. બાદશાહ અને વજીર એક જ છે. અહીંયા પણ એમ જ છે. આચાર્યશ્રીમહાપ્રભુજીએ પુષ્ટિમાર્ગ પ્રગટ કર્યો.

અને રીતિ પણ પ્રગટ કરી ભૂમિ ઉપર વિસ્તારી તેમાં મુખ્ય રીતિ રૂપ શ્રીચંદ્રાવલીજી છે. તેથી શ્રીચંદ્રાવલીજી રૂપ તે વજીર કહેવાય છે. તેવી રીતે સર્વ કુમારિકાઓ શ્રીઠાકોરજીની સેવા કરે છે તેથી તેઓ પણ વજીર કહેવાય છે.

પ્યાદા સોળ છે - તેમાં આઠ પ્યાદાં તે શ્રીસ્વામિનીજીની આઠ સખી છે. અને બીજા આઠ પ્યાદાં છે તે શ્રીઠાકોરજીની આઠ સખી છે. તે આઠ સખી શ્રીચંદ્રાવલીજીની માનો અથવા સોળ પ્યાદા સોળ કલારૂપ છે તે વિહારમાં કામ કળા પ્રગટ કરે છે. સર્વ આજ્ઞા પાળનારી સખીઓ વગેરે ભકતો પ્યાદામાં શ્રીસ્વામિનીજીનો ભાવ જાણે છે. તેથી સર્વ ભકતોનો સંગ રમણીય છે. તેથી શતરંજ કહેવાય છે. શત એટલે અપાર કોટાનું કોટી કરોડો શ્રીસ્વામિનીજી છે તેમને રંજન (પ્રસન્ન) કરે છે.

આ પ્રકારે ચોપાટ, શતરંજ તથા વાઘ બકરીની ભાવના કરવી.

ખિલોનાની ભાવના

સિંહાસન પાસે રમકડાંની બે તબકડીઓ ધરવી. ડાબા ભાગમાં હાથીદાંતના ખિલોના શ્રીસ્વામિનીજીના મનોરથ માટે છે. તે શ્રીસ્વામિનીજી બનાવીને ધરે છે. તેથી ખિલોનાના બહાને ભાવ ઉત્પન્ન કરે છે. અને જમણા ભાગમાં કાષ્ટના લાલ ખિલોના ધરે છે. તે ચંદ્રાવલીજીના મનોરથનો અનુરાગ સૂચવે છે. આમ શ્રીચંદ્રાવલીજી પોતાનો પ્રેમ શ્રીઠાકોરજીને નિવેદન કરે છે.

પીકદાનીની ભવાના

પાટની આગળ વચ્ચોવચ્ચ એક ખાલી તષ્ટી (પીકદાની) ધરવી અને તષ્ટી શ્રીલલીતાજીનું મુખારવિંદ છે. તેથી બંને જણા તેમાં હાથ ધોવે છે. તથા ચાવેલું પાન આપે છે. એમ તે તષ્ટિમાં ભાવ સમજવો.

ગેંદ (દડા) ની ભાવના

પછી પાટની ઉપર બે ગેંદ ધરવા. કોઈવાર જડીત્ર, કોઈવાર સોનાના, કોઈવાર રૂપાના, સુતરના ઉપર રેશમના કલાબતની (કસબના ભરેલા) જરીના, હાથીદાંત, કાષ્ટના વગેરે વારાફરતી ધરવા. **સોનાની ગેંદ** - સ્વામિનીજીના કુચ (સ્તન) નો ભાવ છે. **જડીત્ર ગેંદ** - શ્રીયમુનાજીના કુચનો ભાવ છે. **સુતરની ગેંદ** ઉપર કલાબતની જરી - સોળહજાર કુમારીકાના કુચનો ભાવ છે. યશોદાજી સમજે છે કે મારા પુત્રને ખેલવા માટે ગેંદ બનાવે છે. **હાથીદાંતની ગેંદ** વ્રજની બધી ગોપીના કુચનો ભાવ છે.

ગેડીઓ બંને ગેંદની પાસે શ્રીઠાકોરજીની નજીક ગાદીને અડાડીને ઉભી ધરે છે. તેનો ભાવ એ છે કે શ્રી ઠાકોરજી પોતાના બંને હસ્ત નીચા કરી ગેંદને સ્પર્શ કરે છે અથવા કોઈ વ્રજભકતોના હાથના ભાવથી કોઈવાર સોનાની, જડીત્ર, રૂપાની કે કાષ્ટની ગેડીઓ ધરે છે.

સોનાની ગેડી - શ્રીસ્વામિનીજીના બે ભુજાના ભાવથી શ્રીઠાકોરજી સ્પર્શ કરે છે.

રૂપાની ગેડી - શ્રીચંદ્રાવલીજીના બે હાથના ભાવથી શ્રીઠાકોરજી સ્પર્શ કરે છે.

જડીત્ર ગેડી - શ્રીયમુનાજીના બે હાથના ભાવથી શ્રીઠાકોરજી સ્પર્શ કરે છે.

વગેરે ભાવ વિચારવો પછી દર્પણ ધરવું.

દર્પણની ભાવના આગળ આપી છે.

આરતીની ભાવના

પછી આરતી કરવી. આરતીમાં વ્રજભક્તો પોતાના હ્દયના તાપને ન્યોચ્છાવર કરે છે. પછી ફરી દર્પણ દેખાડીએ ત્યારે શ્રીસ્વામિનીજી પોતાના હ્દયરૂપી દર્પણમાં શ્રી ઠાકોરજીને લઈને નિકુંજમાં પધારે છે. તથા પોતાના નિકુંજની સૂચના કરે છે કે અમૂક જગ્યા પર પધારજો.

માલા વડી કરવાની ભાવના

ફુલની માલા રૂપ વ્રજની સર્વ સ્વામિનીજીઓને શ્રીઠાકોરજી આજ્ઞા કરે છે કે, તમે સર્વે પોતપોતાના નિકુંજમાં પધારો અને સામગ્રી સિધ્ધ કરો પછી અમે આવીશું.

અથવા

શ્રીસ્વામિનીજીની નિકુંજમાં શ્રીઠાકોરજી પધારે ત્યારે સર્વ વ્રજની શ્રીસ્વામિનીજીઓને રસાભાવ (રસનો અભાવ) થાય છે. તેથી માલા વડી કરવી (ઉતારવી).

પેંડાની ભાવના

શ્રીઠાકોરજી એક સ્થળેથી બીજા સ્થળે પધારે ત્યારે બંને સ્થળની વચમાં વસ્ત્ર પાથરીએ તે પેંડો કહેવાય.

-સિંહાસન થી શય્યા સુધી વસ્ત્ર પાથરવું તે પેંડો બીછાવવો કહેવાય. વ્રજની સર્વે સ્વામિનીજીઓ શ્રીઠાકોરજી પધારે છે એ ભાવથી પેંડો બિછાવે છે. પેંડો શ્રીસ્વામિનીજીના ઉત્તરીય વસ્ત્રનો ભાવ છે.

આ પ્રમાણે રાજભોગ સુધીની ભાવના વિચારવી.

મંદિરને તાળા મંગલ કરવાની ભાવના

તાળું છે તે શ્રીચંદ્રાવલીજીના હાથની મુઠ્ઠી છે. જેવી રીતે હાથની મુઠ્ઠી ખોલવાથી અંદર રહેલા રત્ન વગેરે જે હોય તે દેખાય છે. તેવી રીતે તાળું છે. શ્રીસ્વામિનીજીએ પોતાના મુઠ્ઠીરૂપ તાળાની અંદર શ્રીઠાકોરજીને બાંધીને પોતાને વશ કરી દીધાં છે. આમ શ્રીઠાકોરજી શ્રીસ્વામિનીજીનો આશ્રય કરીને રહે છે. તેથી શ્રીસ્વામિનીજી પ્રસન્ન થઈને પોતાની મુઠ્ઠી ખોલીને દર્શન કરાવે છે. ત્યારે બધાને શ્રીઠાકોરજીના દર્શન થાય છે.

આનો ભાવ એમ છે કે શ્રીસ્વામિનીજી રૂપ આચાર્ય શ્રીમહાપ્રભુજી છે. તેથી પુષ્ટિ માર્ગીય વૈષ્ણવોએ શ્રીજી તથા આચાર્યશ્રીમહાપ્રભુજીનો ંઢિ આશ્રય કરવો.

આ પ્રમાણે તાળા મંગલ કરી શ્રીઠાકોરજીને દંડવત કરીને ચાલવું.

વૈષ્ણવોને પ્રસાદ લેવરાવવાની ભાવના

જેવી રીતે વલ્લભકુળમાં ભાવ રાખીએ છીએ તેવી રીતે વૈષ્ણવોમાં પણ ભાવ રાખવો કેમકે શ્રીઠાકોરજી પોતે આચાર્ય શ્રીમહાપ્રભુજી તથા શ્રીગૂંસાઈજી સહિત વૈષ્ણવોમાં બિરાજેલાં છે. જેવી રીતે શ્રીવલ્લભકુળને શ્રીઠાકોરજીનું સ્વરૂપ જાણીએ,તેવી રીતે વૈષ્ણવને શ્રીઠાકોરજીનું સ્વરૂપ જાણીએ. એટલે કે જેમ આપણે શ્રીઠાકોરજીના દાસ છીએ તેમ વૈષ્ણવના પણ દાસ થવું. જયારે વૈષ્ણવની જૂઠણ લઈએ ત્યારે દાસ ધર્મ સિધ્ધ થયો એમ જાણવું. દાસ હોય તેણે જૂઠણ લેવી. પુષ્ટિમાર્ગમાં વલ્લભકુળ અને શ્રીઠાકોરજીની જૂઠણ વિના બીજા કોઈની જૂઠણ લેતો ભ્રષ્ટ થઇ જવાય. વૈષ્ણવની જૂઠણ ન લેતો દાસ ધર્મ આવે નહિ.

શ્રીગોકુલનાથજી કહે છે કે, તૈયાર થયેલી સામગ્રીમાંથી પ્રથમ જેના માટે સામગ્રી કાઢી લઈએ, ત્યાર પછી બાકી રહેલી સામગ્રી તે પ્રથમ જેના માટે સામગ્રી કાઢી લીધી હોય તેની જૂઠણ થઇ કહેવાય. માટે શ્રીઠાકોરજીની સામગ્રીમાંથી કોઈને જરા કંઈપણ આપવું નહિ.

આમ સિદ્ધ થયેલી સામગ્રી શ્રીઠાકોરજીના આરોગ્યા પછી તે પ્રસાદ (શ્રીઠાકોરજીની જૂઠણ) કહેવાય. પછી તે સામગ્રી વલ્લભકૂળના આરોગ્યા પછી વલ્લભકૂળના બાળકોની જૂઠણ કહેવાય. પછી તે વધેલી સામગ્રીમાંથી વૈષ્ણવની પાતર કરવાથી વધેલી સામગ્રી વૈષ્ણવની જૂઠણ અર્થાત મહાપ્રસાદ કહેવાય. આ રીતે વૈષ્ણવોને પાતર ધરીને પોતે પ્રસાદ લેતો હદયમાં દાસ ધર્મ આવે છે. અને તેથી સર્વ ઈચ્છિત વસ્તુઓ પ્રાપ્ત થાય છે. તેમજ સર્વ મનોરથ સિધ્ધ થાય છે. મહાપ્રસાદ લેવાના સમયમાં કદાચિત પુષ્ટિમાર્ગીય વૈષ્ણવ આવે નહિ તો શું કરવું ? કારણ કે વૈષ્ણવને પ્રસાદ લેવરાવ્યા વિના પોતે લેતો તે મહાપ્રસાદ કહેવાય નહિ. અને હૃદયમાં દાસ ધર્મ પણ ન આવે.

આ માટે આચાર્ય શ્રી મહાપ્રભુજીએ સુબોધિનીજીમાં અને શ્રીગૂંસાઈજીએ શ્રીટીપ્પનીજીમાં કહ્યું છે કે પુષ્ટિમાર્ગીય વૈષ્ણવ આવે નહિ તો પુષ્ટિમાર્ગીય ભકત અથવા વ્રજભકતના રૂપ ગાય છે.માટે પ્રથમ ગૌ ગ્રાસ કાઢવો.

ગૌગ્રાસ તથા મહાપ્રસાદ લેવાની ભાવના

આપણે શકિત પ્રમાણે ગાયના માટે ગૌ ગ્રાસ કાઢીએ એટલે તે સર્વ પુષ્ટિમાર્ગીય વૈષ્ણવની જૂઠન થઈ અર્થાત મહાપ્રસાદ થયો એમ કહેવાય. પછી તે મહાપ્રસાદ પોતે લેવો તેમાં કાંઈપણ દોષ નથી. તેથી ગૌ ગ્રાસ અવશ્ય કાઢવો. અને વૈષ્ણવ આવે તો પ્રસાદ લેવરાવવો પછી પોતે મહાપ્રસાદ લેવો અને હું મહાપ્રસાદ નહિ લઉંતો મારાથી કોઈપણ ભગવત સેવા બનશે નહિ એવો ભાવ મનમાં લાવવો.

બીજું સામગ્રીમાં કાંઈ બગડયું સુધર્યુ હોય તો તે રસોઈ કરનારને કહેવું જેથી હંમેશાં ધ્યાનપૂર્વક સુધારીને રસોઈ કરે. આમ રસોઈ બહુજ પ્રીતિ પૂર્વક ધ્યાન રાખીને કરવી તેમજ કરાવવી. પુષ્ટિમાર્ગમાં રસોઈ પરમ ફળ રૂપ છે.

બીડીની ભાવના

વૈષ્ણવોને પાન બીડી આપી પછી પોતે લેવી. શ્રીઠાકોરજી જેના માથે બિરાજે છે તેજ તે ઠાકોરજીની આરોગેલી બીડી લેવાને અધિકારી છે. માટે શ્રીઠાકોરજીની જ આરોગેલી બીડી પોતે લેવી.

બીડી શ્રીઠાકોરજી અને શ્રીસ્વામિનીજી બંને મળીને આરોગે છે. પછી પોતાના મુખમાંથી આરોગેલી બીડીનો ઓગાર, લલિતા વગેરે સખીઓને આપે છે. બીજા તો અધિકારી નથી તેથી બીજાને પોતે આરોગેલી બીડીનો ઓગાર આપતા નથી. અને બીડાં છે તે બધા ગોવાળોને શ્રીઠાકોરજી વહેચી આપે છે, તે પ્રમાણે શ્રીગુંસાઇજી બીજાઓને બીડાં આપે છે.

અનોસરમાં પુષ્ટિમાર્ગીય ગ્રંથો, ભાગવતજી કોઈપણ વેદશાસ્ત્ર, પુરાણ વગેરે ગ્રંથો વાંચવા અથવા વાંચતા ન આવડે કે ન સમજાય તો પુષ્ટિમાર્ગીય વૈષ્ણવ પાસે જ વંચાવવા અને સાંભળવા.

બપોર પછીની સેવા વૈષ્ણવોને ત્યાં થતી નથી. રાજભોગ સુધીની જ થાય છે. પુષ્ટિમાર્ગીય વૈષ્ણવોએ આ રીતે ભાવ

સમજીને સેવા કરવી અને એમ કરતાં કરતાં સેવામાં આપણો ભાવ સિદ્ધ થાય છે. અને થાય એવી વિનંતી સહ શ્રીદ્વારિકાધીશ પ્રભુના ચરણોમાં.

નયનાના પંચાંગ પ્રણામ.